கிறித்துவமும் தமிழும்

[கிறித்துவரால் தமிழ்மொழிக்கு உண்டான
நன்மைகளைக் கூறும் நூல்]

மயிலை. சீனி. வேங்கடசாமி

தமரம்

தடாகம்

கிறித்தவமும் தமிழும்

- **ஆசிரியர்:** மயிலை சீனி. வேங்கடசாமி
- **தடாகம் முதல் பதிப்பு:** மார்ச் 2023
- **வடிவமைப்பு:** கி. ஆஷா
- **அட்டை ஓவியம்:** ப. மணிவண்ணன்

Book Name & Author Name: *Kirithavamum thamizhum* - collection of essays by *Mayilai Cini Vengatasamy*

© *Mayilai Sini Vengatasamy*

Published by:

THADAGAM
No.112, First Floor, Thiruvalluvar Salai
Thiruvanmiyur, Chennai 600041
Ph: +91-98400-70870
www.thadagam.com | info@thadagam.com

ISBN: 978-93-93361-05-9

This edition published on March 2023

INR : 180

மயிலை சீனி. வேங்கடசாமியின் சமயங்கள் குறித்த ஆய்வுகள்: தகுதிப்பாடும் பெறுமதியும் குறித்த உரையாடல்

மயிலை சீனி. வேங்கடசாமி (1900 – 1980) அவர்களின் (இனி மயிலையார்) பண்டைத் தமிழக வரலாறு குறித்த மூன்று தொகுதிகள், பண்டைத் தமிழகம் குறித்த இரண்டு தொகுதிகள், பண்டைத் தமிழ் நூல்கள் குறித்த ஒரு தொகுதி, தமிழகச் சமயங்கள் இரண்டு தொகுதிகள், தமிழில் சமயம் குறித்த மூன்று தொகுதிகள், தமிழகக் கலை வரலாறு இரண்டு தொகுதிகள், தமிழக ஆவணங்கள் இரண்டு தொகுதிகள், தமிழ் இலக்கிய வரலாறு இரண்டு தொகுதிகள், தமிழியல் ஆய்வு ஒரு தொகுதி, பதிப்பு – மொழியாக்கம் - உரை என இரண்டு தொகுதிகள், ஆக மொத்தம் இருபது தொகுதிகளாக, மயிலையார் ஆக்கங்களைப் பதிப்பித்தேன் (2014). இவர் குறித்து சாகித்திய அகாதமிக்கு எழுதிய 'இந்திய இலக்கியச் சிற்பிகள்' எனும் நூலில் கீழ்க்காணும் பதிவைச் செய்துள்ளேன்.

"வேங்கடசாமி சுயமரியாதை இலக்கியச் சார்பாளராக வாழ்வைத் தொடங்கினார். பின்னர் பௌத்தம், சமணம் ஆகிய சமயங்கள் குறித்த அக்கறை உடையவராக இருந்தார். இவ்வகை மனநிலை யோடு தமிழ்ச் சூழலில் உருவான புதிய நிகழ்வுகளைக் குறித்து ஆய்வு செய்யத் தொடங்கினார். கிறித்தவம், பௌத்தம், சமணம் ஆகிய சமயங்கள், தமிழுக்குச் செய்த பணிகளைப் பதிவு செய்யத் தொடங்கினார். இவ்வகைப் பதிவுகள் தமிழில் புதிய துறைகளை அறிமுகப்படுத்தின. புதிய ஆவணங்கள் மூலம், தமிழ்ச் சமூகப் பண்பாட்டு வரலாறுகளை எழுதினார். சங்க இலக்கியப் பிரதிகள், பிராமி கல்வெட்டுகள், பிற கல்வெட்டுகள், செப்பேடுகள் முதலிய வற்றை வரலாறு எழுதுவதற்குத் தரவுகளாகக் கொண்டார். கலைகளின் மீது ஈடுபாடு உடைய மனநிலையினராகவே வேங்கடசாமி இளமை முதல் இருந்தார். தமிழ்க் கலை வரலாற்றை எழுதும் பணியிலும் தம்மை ஈடுபடுத்திக்கொண்டார். கட்டடம், சிற்பம், ஓவியம் தொடர் பான இவரது ஆய்வுகள், தமிழ்ச் சமூக வரலாற்றுக்குப் புதிய வரவாக அமைந்தன. இருபதாம் நூற்றாண்டின் தொடக்க காலங்களில்

இந்தியவியல் என்ற வட்டத்திற்குள் தமிழகத்தின் வரலாறும் பேசப் பட்டது. இந்தியவியலைத் திராவிட இயலாகப் படிப்படியாக அடையாளப்படுத்தும் செயல் உருப்பெற்றது. இப்பணியில் தம்மை முதன்மையாக ஈடுபடுத்திக்கொண்டவர் வேங்கடசாமி.” (இந்திய இலக்கியச் சிற்பிகள் – மயிலை சீனி. வேங்கடசாமி – இரண்டாம் பதிப்பு ப. 12-13)

மேற்குறித்த பதிவுகள் மூலம் மயிலையார் என்பவர் குறித்தப் புரிதல் உருவாக்கிக்கொள்ள வாய்ப்புண்டு. இவர் சமயங்கள் குறித்து எழுதியுள்ள ஆக்கங்கள் குறித்த உரையாடலை மேற்கொள்ள கீழ்க் காணும் வகையில் தொகுத்துக்கொள்ளலாம்.

> தமிழ்ச் சூழலில் பௌத்த சமயம், எந்தச் சூழலில் எவ்வகையில் வந்துசேர்ந்தது? அது வைதீக சமயங்களோடு கொண்டு கொடுத்தவைகள், தமிழகத்தில் எங்கெங்கு அச்சமயம் நடை முறையில் இருந்தது? பௌத்த சமயம், பல்வேறு தமிழ் நூல்கள் உருவாக்குவதில் என்ன பங்களிப்புச் செய்தது? தமிழகத்தில் இருந்த பௌத்த சமய அறிஞர்கள் யார்யார்? ஆகிய உரை யாடல்களைப் பதிவுசெய்திருக்கும் பாங்கை அறிந்துகொள்ள முடிகிறது. சமய வரையறை வருகை, எதிர்கொள்ளல், புதியன உருவாக்கல், போராட்ட மரபு, மறைதல் எனும் போக்கில் இவ்வரலாறு பதிவு செய்யப்பட்டுள்ளது.
>
> சமண சமயம் குறித்த ஆய்வும் ஏறக்குறைய பௌத்த சமய மரபு சார்ந்த ஆய்வுப் போக்கிலேயே அமைந்திருக்கிறது. அது குறித்த விவரணங்கள் சார்ந்த உரையாடலை மேற்கொள்ள இயலும்.
>
> பிற்காலத்தில், தமிழ் சூழலுக்கு வந்த கிறித்தவம் தமிழுக்கு வழங்கிய கொடைகள் குறித்த விரிவான பதிவை மயிலையார் எவ்வாறு செய்துள்ளார் என்பது குறித்துப் பேச இயலும். நவீனத்துவ மரபு தமிழ்ச் சூழலில் உருப்பெற கிறித்தவம் எவ்வாறு அடிப்படையாக அமைந்தது; குறிப்பாக, நவீன இலக்கியம், நவீன உரைநடை, ஆகிய பிறவற்றில் கிறித்தவம் செய்த பங்களிப்பை அறிந்துகொள்ள இயலுகிறது.

மேற்குறித்தவாறு பௌத்தமும் தமிழும் (1940), சமணமும் தமிழும் (1954) கிறித்தவமும் தமிழும் (1936) ஆகிய மூன்று நூல்கள் குறித்த உரையாடலை முன்வைக்க விரும்புகிறேன்.

மயிலையார் செய்துள்ள வரலாற்று ஆய்வுகள் என்பவை, காலம், இடம், சூழல் ஆகியவற்றை அடிப்படையாகக் கொண்டவை. இதில் எவ்வகையான விளைவுகள், குறிப்பிட்ட சமூகச் சூழலில் ஏற்பட்டன என்பது குறித்த உரையாடலை அவர் நிகழ்த்தியுள்ளார். சமயங்கள் குறித்த ஆய்விலும் இதனை நடைமுறைப்படுத்தியுள்ளார். இவரது தொடக்க கால ஆய்வுகள் என்பவை சமயங்கள் குறித்த ஆய்வுகளே. பௌத்த சமயம் குறித்த இவரது ஆய்வில் கவனப்படுத்த வேண்டிய கூறுகளாக பின்கண்டவற்றை கூறலாம். சமயம் பற்றிய பொதுவான ஆய்வாக அமையாமல், தமிழக சமூகச் சூழலில் பௌத்தம் குறித்த ஆய்வாகவே அமைந்திருப்பதைக் காண்கிறோம்.

- பௌத்தம் தமிழ்நாட்டிற்குள் வந்த வரலாறும் அதன் வளர்ச்சி நடைபெற்ற போக்குகளும்.

- பௌத்தம் தமிழ்ச் சூழலில் எவ்வாறு அழிக்கப்பட்டது என்பது குறித்த உரையாடல்.

- பௌத்த கோட்பாடுகளை தன்வயப்படுத்தியும் உள்வாங்கியும் வைதீக சமயங்கள் எவ்வகையில் செயல்பட்டன என்பது தொடர்பான விவரணங்கள்.

- தமிழில் உள்ள பௌத்த புலமைத்துவ மரபுகள்.

பௌத்த சமயம், சிலப்பதிகாரம், மணிமேகலை ஆகிய காப்பியங்கள் உருவான காலத்தில்தான் தமிழ்நாட்டிற்கு வந்திருக்க வேண்டும் எனும் பொதுவான கருத்தினை மயிலையார் பல்வேறு சான்றுகளுடன் மறுக்கிறார். அசோகன் காலத்திலேயே தமிழ்நாட்டுப் பகுதிக்கு பௌத்தம் வந்துவிட்டது. அசோகர் அனுப்பிய மகேந்திரர் என்பவர் கட்டிய விகாரைகள், தூபிகள் ஆகியவை தமிழக நிலப் பகுதியில் காணப்படுகின்றன. அசோகன் செதுக்கிய கல்வெட்டுச் சாசனங்களில் தமிழ் மன்னர்கள் பற்றிய குறிப்புகள் இடம்பெற்றுள்ளன. அசோகன் காலமாகிய வரலாற்றுக்கு முந்தைய பொ.ஆ. 273-232 காலப்பகுதி முதல், தமிழ் நிலப்பகுதியில் பௌத்தம் இருந்துவருகிறது. செவ்விலக்கிய பிரதிகளான நற்றிணை, அகநானூறு, புறநானூறு ஆகியவற்றில் பௌத்த சமய மரபு சார்ந்த புலவர்களின் பாடல்கள் இடம்பெற்றுள்ளன. எனவே, புத்தர் பௌத்த சமயத்தை உருவாக்கிய வரலாற்றுக்கு முந்தைய ஐந்தாம் நூற்றாண்டிலிருந்து இருநூறு ஆண்டுகள் கழிந்த சூழலில், தமிழ்

நிலப் பகுதிக்கு பௌத்த மதம் வந்துவிட்டது என்பது மயிலையார் ஆய்வின் முடிவாக உள்ளது. இவ்வகையில் பௌத்தம் சமயம் தமிழ் நிலப்பகுதிக்கு வந்துசேர்ந்த வரலாற்றை மயிலையார் ஆதாரங்களுடன் 'பௌத்தமும் தமிழும்' நூலில் பதிவு செய்துள்ளார்.

வரலாற்றுக்கு முந்தைய காலம் மூன்றாம் நூற்றாண்டு தொடக்கம், வரலாற்றுக்குப் பிந்தைய காலம் ஐந்தாம் நூற்றாண்டுவரை, தென் நாட்டில் பௌத்தம் செல்வாக்குடன் செயல்பட்டதை மயிலையார் ஆய்வு மூலம் அறிந்துகொள்ள முடிகிறது. செவ்விலக்கியப் பாடல்கள், சிலப்பதிகாரம், மணிமேகலை ஆகியவற்றில் பௌத்தம் எத்தகைய செல்வாக்குடன் தமிழ்ச்சூழலில் செயல்பட்டது என்பதை அறிகிறோம். இச்சமயம் பின்னர் எப்படி தமிழ்ச் சூழலில் இல்லாமல் போனது குறித்தும் மயிலையார் விரிவான ஆய்வுகளைச் செய்துள்ளார்.

தமிழ்ச் சூழலில், தமிழர் சமயம் எனும் புராதன சமயம் செயல்பட்டுக்கொண்டிருந்தது. ஆனால், வரலாற்றுக்கு முந்தைய காலம் மூன்றாம் நூற்றாண்டில், சமணம், பிராமணம், ஆசீவகம் ஆகியவை தமிழ்ச் சூழலுக்கு அறிமுகமாகிவிட்டது. வட மாநிலத்திலிருந்து தென் நிலப் பகுதிக்கு வருகை தந்த மதங்கள், தமக்குள் மிகையுணர்வுடன் செயல்பட்டன. ஒரு மதம் இன்னொன்றை அழிப்பதிலேயே அக்கறை செலுத்தியது. இந்தச் சூழலில் பௌத்தமும் மதக் கலகங்கள் உருவான போது படிப்படியாக தமது செல்வாக்கை இழக்கத் தொடங்கியது. சமணம், பிராமணம் ஆகியவற்றை பௌத்தம் எதிர்கொள்ளவேண்டிய சூழல் உருவானது. இந்நிலை மட்டுமன்றி பௌத்த மதத்திற்குள்ளேயே ஈனயானம், மகாயானம் எனும் இரண்டு பிரிவுகள் உருவாகின. இப்பிரிவுகள் பௌத்த மத வளர்ச்சிக்கு எதிராக அமைந்தது.

சமண மதம் படிப்படியாக செல்வாக்குப் பெறத் தொடங்கியதும் பௌத்த அழிவுக்கு வழிகண்டது, வைதீக மதமான பிராமண மதம், தமது கோட்பாடுகளை மாற்றிக்கொண்டு, பௌத்த, சமண கோட்பாடுகளை உள்வாங்கியது. இத்தன்மையும் பௌத்த மத வளர்ச்சிக்கு எதிராக அமைந்தது. வரலாற்றுக்குப் பிந்தைய காலம் 13ஆம் நூற்றாண்டில், தமிழ்நாட்டில் சில இடங்களில் பௌத்த பள்ளிகள் இருந்தன. அதற்குப் பின் பௌத்தம் தமிழ்ச்சூழலில் இல்லாமல் மறைந்துவிட்டது என்பதை மயிலையார் பதிவுகள் உறுதிப்படுத்துகின்றன.

சுமார் 1500 ஆண்டுகள், தமிழ்ச்சூழலில் ஆங்காங்கு செயல் பட்ட பௌத்தம் எந்தப் பகுதிகளில் செயல்பட்டது? பௌத்த அறிஞர்கள் யார்? பௌத்த ஆக்கங்கள் எவையெவை என்ற பதிவு களை மயிலையார் செய்துள்ளார். காவிரி பூம்பட்டினம், பூத மங்கலம், புத்தமங்கலம், சங்கமங்கலம், போதி மங்கலம், திருவிளந் துறைக்கோயில், கும்பகோணம், திருவலஞ்சுழி, பட்டீச்சுரம், எலையனூர், பொன்பற்றி, புத்தகுடி, உறையூர், பெருஞ்சேரி, தோட்டப்பாடி, மயூரப்பட்டணம், நாகப்பட்டினம் ஆகிய ஊர்களில் பௌத்த மதம் செயல்பட்டதற்கான தடயங்கள் உள்ளன. மேலும் வெள்ளனூர், ஆலங்குடிப்பட்டி, காஞ்சிபுரம், திருப்பாதிரிப்புலியூர், சங்கமங்கை, ஆலூர், கூவம், ஞாயர், நாவலூர், திருக்கோயிலூர், பல்லாவரம், மாங்காடு, இரண்டாங்காடு, மதுரை, அரிட்டாபட்டி, பொதிகை, தஞ்சை, திருமாலிருஞ்சோலை, தென்கரை, வஞ்சி மாநகர், கழுகு மலை, அழகர் மலை, கொங்கர் புளியங்குளம், கீழை வளைவு, முத்துப்பட்டி, நாகமலை, திருப்பரங்குன்றம், சித்தர் மலை, விருச்சியூர், குன்னக்குடி, ஆனைமலை, வீரசிகாமணி, மருகால்தலை, ஆறுநாட்டார் மணி, திருச்சி, திருச்சாணத்துமலை, ஸ்ரீமூலவாசம் ஆகிய ஊர்களில் பௌத்த மத விகாரைகள், சிலைகள் ஆகிய பிற இடம்பெற்றிருப்பதை அந்தந்த இடங்களில் உள்ள தரவுகள் உறுதிப்படுத்துகின்றன. ஆனால் பின்னர் இவ்வூர்களில் பலவும் சமண மதம், வைதீக மதம் சார்ந்த கோயில்களாக மாற்றம் செய்திருப்பதையும் அறியமுடிகிறது.

தமிழ் சமூக வரலாற்றில், வரலாற்றுக்கு முந்தைய காலம் மூன்றாம் நூற்றாண்டு தொடங்கி வரலாற்றுக்குப் பிந்திய காலம் பன்னிரண்டாம் நூற்றாண்டு வரை பௌத்த தமிழ்ச் சூழலில் செயல் பட்ட பல்வேறு தன்மைகளை மயிலையார் ஆவணப்படுத்தி யிருப்பதைக் காண்கிறோம்.

பௌத்த மதம் தமிழ்ச் சூழலில் செயல்பட்ட அதே காலத்தில் வைதீக மதமும் சமண மதமும் செயல்பட்டன. வைதீக மதம் பல் வேறு பௌத்த மதக் கோட்பாடுகளை தன்வயப்படுத்திக் கொண்டது. புத்தரை ஓர் அவதாரமாக ஏற்றுக்கொண்டனர்; பௌத்த சிறு தெய் வங்களை ஏற்றனர்; உயிர்க்கொலை செய்வதைத் தவிர்த்தனர், அரச மர வழிபாட்டை ஏற்றனர். மடங்களை ஏற்படுத்தினர். இவ்வாறு பௌத்தக் கோட்பாடுகள் உள்வாங்கப்பட்டதன் மூலமாக அந்த மத அழிவிற்கும் வழியேற்பட்டது.

பௌத்த மதப் புலமையாளர்களாக 26 பேரை மயிலையார் பட்டியலிடுகிறார். இளம்போதியார், அறவாண அடிகள், மணி மேகலை, சீத்தலைச் சாத்தனார், புத்த மித்திரர், போதி தர்மர் ஆகியோர் அதில் குறிப்பிடத் தக்கவர்கள். பௌத்தர்கள் உருவாக்கிய தமிழ் நூல்கள் குறித்த பதிவை மயிலையார் செய்துள்ளார். மணி மேகலை, வீரசோழியம், குண்டலகேசி ஆகியவை அதில் குறிப்பிடத் தக்கவை. மேற்குறித்த விவரணங்கள் சார்ந்து மயிலையாரின் பௌத்த ஆய்வு மரபை 'பௌத்தமும் தமிழும்' எனும் நூல்வழி பெறமுடிகிறது. தமிழ்ச் சமூக வரலாறு சார்ந்த பங்களிப்பில் 1940களிலேயே பௌத்த தமிழ் மரபை முதன்முதல் விரிவாகப் பதிவு செய்த புலமைத்துவ செயல் மயிலையாருடையது. அந்நூல் தமிழ்ச் சமூக வரலாற்று அடிப்படை ஆவண நூல்களில் ஒன்றாகத் திகழ்கிறது.

'பௌத்தமும் தமிழும்' என்ற நூலில் தமிழுக்கும் பௌத்தத்திற்கும் உள்ள உறவு நிலையை முதன்மைப்படுத்தி எழுதிய மயிலையார் பௌத்தம் தொடர்பான பொது நூல்களையும் பிற்காலத்தில் உருவாக்கினார். பௌத்தக் கதைகள் (1952), புத்தரின் வாழ்க்கை வரலாற்றை கௌதம புத்தர் (1956) என்று எழுதியுள்ளார். புத்தர் ஜாதகக் கதைகள் (1960) இசைவாணர் கதைகள் (1977) ஆகியவை பௌத்தம் தொடர்பாக மயிலையார் எழுதிய நூல்கள் ஆகும். தம் வாழ்நாளில் பெரும்பகுதி (1940 – 1977) பௌத்தம் தொடர்பான ஆய்வில் அவர் ஈடுபாடு கொண்டிருந்ததை அறியமுடிகிறது. பல கோணங்களிலும் பௌத்தம் தொடர்பான ஆய்வில் அவர் செயல் பட்டிருக்கிறார்.

* * *

'பௌத்தமும் தமிழும்' நூல் வடிவத்திலேயே 'சமணமும் தமிழும்' (1954) நூலை மயிலையார் உருவாக்கியுள்ளார். தமிழில் உருவான அவைதீக மரபை அறிந்துகொள்ள இவ்விரு நூல்களும் அடிப்படையாக அமைந்துள்ளன. இவருக்கு முன் இப்படியான பதிவுகள் தமிழில் இல்லை. சமணம் குறித்த மயிலையாரின் ஆய்வை புரிந்துகொள்ள பின்வரும் வகையில் தொகுத்துக்கொள்ள இயலும். இந்நூலில் சமணம் தொடர்பான அடிப்படைச் செய்திகளை முதல் நிலையில் பதிவு செய்துள்ளார். அப்பகுதியைத் தவிர்த்து, தமிழ்ச் சூழலுக்கும் சமணத்திற்குமான உறவு நிலைகளைப் பதிவு செய்துள்ளார். அப்பகுதி குறித்த உரையாடலை மட்டும் இங்கு மேற்கொள்ளலாம்.

- சமணம் தமிழ் மொழியில் பேசும் நிலப்பகுதிக்கு வந்த காலமும் அது வளர்ச்சி அடைந்த சூழலும் குறித்த பதிவுகள்.
- சமணத்திற்கு எதிராக தமிழ்ச் சூழலில் நிகழ்த்தப்பட்ட செயல்கள்.
- சமணம் வைதீக மதத்தில் உள்வாங்கப்பட்ட வரலாறு.
- தமிழ்ச் சூழலில் சமணம் செயல்படும் சூழல்கள்.

சமணம் தென்னாட்டிற்கு வந்த வரலாறு குறித்த மயிலையார் செய்துள்ள பதிவு பின்வருமாறு அமைந்துள்ளது.

"சந்திரகுப்த அரசனுக்குச் சமய குருவாக இருந்த பத்திரபாகு முனிவர், மகத நாட்டில் பன்னிரண்டு ஆண்டு வற்கடம் வரப் போவதை அறிந்து, அச்செய்தியை அரசனுக்கு அறிவித்து, வரப் போகும் வற்கடக் கொடுமையினின்று தப்பிக்க கருதி தம்மைச் சார்ந்திருந்த பன்னீராயிரம் சமண முனிவர்களை அழைத்துக் கொண்டு தென்திசை நோக்கிப் புறப்பட்டு வந்தார். சந்திரகுப்த அரசனும் அரசைத் துறந்து துறவு பூண்டு பத்திரபாகு முனிவரின் சீடனாகி அவருடன் வந்தான். தென் திசை நோக்கி வந்த பத்திரபாகு முனிவர், மைசூர் நாட்டில் வந்து சமணம் என்னும் பொருள்படும் சிரவண பெலகோலா என்று இப்போது பெயர் வழங்கப்படுகிற இடத்தில் தம்முடன் வந்த முனிவர்களுடன் தங்கினார். தங்கின பிறகு தம் சீடர்களில் ஒருவரான விசாக முனிவர் என்பவரை அனுப்பி சோழ பாண்டிய நாடுகளில் சமண சமயக் கொள்கைகளையும் பரவச் செய்தார். இவ்வாறு தென்னாட்டிற்கு வந்த சமணம் பின்னர் தமிழ்ச் சூழலில் எவ்வாறு செயல்பட்டது அதனை இங்கிருந்த வேறு சமயப் பிரிவினர் எவ்வாறு எதிர்கொண்டனர்? அது எவ்வாறு படிப்படியாக தமிழ்ச்சூழலில் செல்வாக்கை இழக்கத் தொடங்கியது? என்ற விவரணங்களை வரலாற்றுப் பின்புலத்தோடு மயிலையார் பதிவு செய்துள்ளார்.

சமணம் தமிழ்ச்சூழலில் சிறப்படைந்ததற்கான காரணங்களை மயிலையார் விரிவாகப் பேசியுள்ளார். இச்சமயம் சாதியை மறுத்து செயல்பட்டது. தங்களிடம் அடைக்கலம் தேடி வருவோரை பாது காத்து பொதுமக்களுக்கு மருத்துவப் பணி செய்வதை முதன்மை யான பணியாக வரித்துக்கொண்டது. 'சாத்திரதானம்' எனும் பெயரில் அரிய நூல்களைப் படி எடுத்து ஓலைச்சுவடிகளை அன்பளிப்பாக வழங்கியது. இதற்கென ஓலை எழுதுவோரை நியமித்து நூற்றுக்

கணக்கில் படி எடுக்கச் செய்தனர். தாய்மொழியை வளர்த்தெடுப் பதில் சமணம் அக்கறை கொண்டது வைதீக மரபு சார்ந்த சமயங்கள், தங்கள் சமயக் கருத்துக்களை சமஸ்கிருதம் போன்ற மொழிகளில் பரப்புரையைச் செய்தபோது, சமணம் அந்தந்த வட்டார மொழி களில் தமது சமய பரப்புரையை மேற்கொண்டது. வைதீக சமயங் களிடம் இருந்த மொழி ஆதிக்கம் சமண சமயத்தில் முற்றாக இல்லாமல் இருந்தது. சமண சமயம் சார்ந்த அருங்கலச்செப்பு என்ற நூலில் கீழ்க்காணும் வரிகள் உள்ளன.

"பறையன் மகன் எனினும் காட்சி புடையான்

இறைவன் என உணரற் பாற்று."

என்ற வரிகள் இதில் ஒடுக்கப்பட்ட மக்களிடம் சமணம் பரிவு காட்டியதை அறிகிறோம். சமண முனிவர்கள் கூட்டத்திற்கு சங்கம் என்று பெயர் வழங்கப்பட்டது. கூட்டம் என்பதை 'கணம்' என்று அழைத்துக் கொண்டனர். பல்வேறு கணங்கள் தமிழ்ச்சூழலில் செயல்பட்டது. கணங்களில் நந்தி கணம் எனும் பிரிவில் திரமிள சங்கம் அல்லது 'திராவிட சங்கம்' எனும் அமைப்பு உருவானதைச் சாசனங்கள் வழி அறியமுடிகிறது. இச்சங்கத்தை ஏற்படுத்தியவர் வச்சிரநந்தி (பி. பொ. ஆண்டு 470) என்பவர். இவரே மதுரையில் திராவிட சங்கம் எனும் தமிழ் சங்கத்தை ஏற்படுத்தியவர் என்று அறியப்படுகிறது. மேற்குறித்த காரணங்களால் தமிழ்ச்சூழலில் சமண சமயம் வேகமாக வளர்ச்சியுற்றதாக மயிலையார் பதிவு செய்கிறார்.

சமணம் தமிழ்ச் சூழலில் எதிர்கொள்ளப்பட்ட வரலாறு சுவை யானது. வைதீக மதம் பௌத்த மதத்தை எதிர்கொண்ட வரலாற் றோடு ஒப்பிடும்போது சமண மதத்தை வன்மையுடன் எதிர்த்து ஒழிக்க முற்பட்டது எனலாம். மயிலையார் குறிப்பிட்டுள்ள சில வாய்மொழிக்கதைகள், வைதீக இலக்கியங்களில் காணப்படும் தகவல்கள், கள ஆய்வு மூலம் அறிய வரும் தரவுகள் ஆகிய சில இங்கு சுருக்கமாகத் தொகுக்கப்படுகிறது.

- மதுரையில் எட்டு ஆயிரம் சமணர்களைத் திருஞானசம்பந்தர் கழுவேற்றம் செய்தார் என்பதை பின்வரும் நூல்கள் பதிவு செய்துள்ளன. பெரியபுராணம், திருவிளையாடற்புராணம், தக்கயாகப் பரணி ஆகிய நூல்களில் இச்செய்தி இடம் பெற்றுள்ளது. மதுரை பொற்றாமரைக் குளத்தில் மண் சுவர்களில் சமணர்களை கழுவேற்றும்சித்திரங்கள் தீட்டப்

பட்டுள்ளன. ஆண்டுதோறும் நடைபெறும் கோயில் திரு விழாவில் கழுவேற்று உற்சவம் எனும் சடங்கு நிகழ்த்திக் காட்டப்படுகிறது.

- காஞ்சிபுரத்திற்கு அருகில் உள்ள திருவோத்தூர் சிவன் கோவிலில் சமணர்களைக் கழுவேற்றும் சிற்பங்கள் உரு வாக்கப்பட்டுள்ளன. இவ்வூரில் குடியிருந்த சமணர்கள் அடித்து விரட்டப்பட்டதாக பெரியபுராணம் கூறுகிறது.

- பழையாறை என்னும் இடத்தில் சிவன் கோயிலை சமணர்கள் கைப்பற்றிவிட்டதாக அறிந்த அப்பர், அக்கோவிலை மீண்டும் சைவக் கோயிலாக மாற்றும்வரை உணவு கொள்ள போவதில்லை என்று சூளுரை செய்ததாக பெரியபுராணம் கூறுகிறது. இதனை அறிந்த சிவன் பழையாறை ஆட்சி செய்த சோழ மன்னன் கனவில் தோன்றி சமணரை அழிக்க ஆணையிட்டராம். அரசன் யானைகளை சமணர்கள் மீது ஏற்றிக் கொன்றானாம்.

- திருவாரூரில் இருந்த மிகப்பெரிய திருக்குளம் சுற்றி சமணர் மடங்கள் இருந்தன. குளத்தை அகலபடுத்துகிறேன் என்ற பெயரில் சமணப் பள்ளிகள், மடங்கள் அனைத்தும் அழிக்கப்பட்டதாக பெரிய புராணம் தண்டியடிகள் நாயனார் புராணம் கூறுகிறது.

- மேலும் மிகப் பல்வேறு கட்டுக்கதைகளையும் பழமொழி களையும் சமணருக்கு எதிராக வைதீகர்கள் உருவாக்கி உள்ளதை அறியமுடிகிறது.

மேற்குறித்த பின்புலத்தில் சமணர்கள் மீது நடத்திய கலகங்கள் பற்றி மயிலையார் செய்துள்ள பதிவு வருமாறு:

“இந்து மதத்தின் (வைதீக மதம்) பக்தி இயக்கம் ஒன்றினாலேயே சமண சமயம் தனது முழு செல்வாக்கையும் இழந்துவிட்டதாக கருத வேண்டாம். சமண சமயத்தின் செல்வாக்கை அழிக்க இந்து மதத்தினர் வேறு முறைகளையும் கையாண்டனர். அறநெறி அல்லாத மறநெறிகளையும் செம்மை முறைக்கு மாறுபட்ட முறைகளையும் கொடூர செயல்களையும் சூழ்ச்சிகளையும் செய்தபடியினாலேயே சமண சமயம் செல்வாக்கு இழந்துவிட்டது.

இவ்வகையில் சமண சமயத்தை அழித்து ஒழித்தமை ஒரு பக்கமும் இன்னொரு பக்கம் அம்மதக் கருத்துக்களை வைதீக மதக்

கருத்துக்களாக உள்வாங்கிக் கொண்டனர். ஊன் உண்ணாமை, தீபாவளிப் பண்டிகை, சிவராத்திரி, சடைமுடி வளர்த்தல், எருது வாகனம், (நந்தி) அய்யனார் வழிபாடு, சித்தர் வணக்கம், ஆகிய அனைத்தும் சமண சமய மரபிலிருந்து வைதீக மதத்தினர் உள்வாங்கி தமதாக்கிக் கொண்டதாகும்.

தமிழ் இலக்கிய நூலில் சுமார் 150 ஊர்களில் சமண சமயம் செயல்பட்டது தொடர்பான சாசன சான்றுகளை மயிலையார் இந்த நூலில் பதிவு செய்கிறார். எடுத்துக்காட்டாக மதுரை பகுதியில் யானைமலை, நாகமலை, இடபகிரி, பசுமலை, திருப்பரங்குன்றம், சித்தர்மலை, சமணமலை, உத்தமபாளையம் ஆகிய ஊர்களில் சமணம் செல்வாக்குடன் இருந்ததை சான்றுகளுடன் பதிவு செய்துள்ளார். தமிழ்ச் சமூக வரலாற்றில் சமண சமயம் குறித்த அறிய விரும்புவோருக்கு அரிய ஆவணமாக இந்நூலை மயிலையார் உருவாக்கியுள்ளார்.

* * *

மயிலையார் எழுதிய முதல் நூல் கிறித்தவமும் தமிழும் (1936) ஆகும். கிறித்தவரால் தமிழ் மொழிக்கு உண்டான நன்மைகளைக் கூறும் நூல் என்பது அந்த நூலின் துணைத் தலைப்பு. இந்த நூல் தமிழுக்கு வழங்கிய கொடைகளாக பின்கண்டவற்றை தொகுத்துக் கொள்ள முடியும்.

- பாரம்பரியமாக செய்யுள் மரபைக் கொண்டிருந்த தமிழ்ச் சூழலில் உரைநடை மரபு உருவாக வழி கண்டமை.
- அச்சுப் பண்பாடு எனும் புதிய துறையைத் தமிழ்ச்சூழலில் அறிமுகப்படுத்தி அதன் வளர்ச்சி, நிலைபேறு ஆகிய வற்றுக்கு மூலமாக அமைந்தமை.
- தமிழில் அறிவியல் துறை சார்ந்த செய்திகளை அறிமுகப் படுத்தி ஐரோப்பிய நாடுகளில் உருவான அறிவியல் வளர்ச்சி குறித்த புரிதலை உருவாக்கியமை.

மயிலையார் தனது இருபதாம் வயதில் ஓவியக் கல்லூரியில் சேர்ந்து அதனைத் தொடர குடும்பச்சூழல் வாய்ப்பளிக்கவில்லை. அந்த வயது முதல் தீவிரமான வாசிப்பாளராகவும் ஆராய்ச்சி யாளராகவும் செயல்படத் தொடங்கினார். இதற்கு மூலகாரணமாக அவரது அண்ணன் சீனி. கோவிந்தராசனார் இருந்தார். அவருக்கே தனது முதல் நூலை காணிக்கை செய்தார். அறிஞர் ச. த. சற்குணர்,

சென்னைத் கிறித்தவக் கல்லூரியில் தமிழ்த் துறையில் பணிபுரிந்தார். அவரோடு இவருக்கு நெருக்கமான உறவு ஏற்பட்டது. அறிஞர் தெ. பொ. மீனாட்சிசுந்தரனார், சிந்தாதிரிப்பேட்டையில் தொடர்ந்து நடத்திய கூட்டங்களில் கலந்துகொண்டார். அவரோடு தொடர்பை ஏற்படுத்திக்கொண்டார். விபுலாநந்த அடிகளோடும் ஞான பிரகாச ரிடமும் தொடர்பை வளர்த்துக்கொண்டார். இவ்வகையில் அன்றைய சூழலில் செய்யப்பட்ட அறிவுச் சூழலோடு தன்னை இணைத்துக் கொண்டார். அடிப்படையில் சுயமரியாதை இயக்க ஈடுபாடு கொண்ட வராகவும் இருந்தார். இந்தப் பின்புலத்தில் அறிஞர் சற்குணர் 'கிறித்தவமும் தமிழும்' என்னும் தலைப்பில் நிகழ்த்திய உரையைக் கேட்டபின் அப்பொருளில் நூல் ஒன்றை உருவாக்க முனைந்ததாகப் பதிவு செய்கிறார். இந்த நூலுக்கு சற்குணர் ஆங்கிலத்தில் எழுதியுள்ள முன்னுரையில் கிறித்தவம் தமிழுக்கு வழங்கிய கொடைகள் குறித்து பதிவு செய்கிறார்.

வின்சுலோ, பெர்சிவல், விட்னே, சிலேட்டர் ஆகிய அறிஞர் பெருமக்கள் தமிழ்மொழி இலக்கியம் குறித்து பதிவு செய்துள்ள கருத்துக்களை சற்குணர் விரிவாகச் சொல்கிறார். வீரமாமுனிவர், போப், பைவர், டி. புரோதெர்டன் ஆகிய அறிஞர்கள் தமிழின் பெருமை குறித்து பேசுவதைப் பதிவுசெய்கிறார். தமிழில் உரைநடை உருவாக்கத்தில் கிறித்தவ சபையினர் செய்த செயல்களையும் எழுதுகிறார். இவ்வாறு சற்குணர் குறிப்பிட்டுள்ள செய்திகளில் விரிவாக்கமாகவே மயிலையார் நூல் அமைந்திருக்கிறது.

தத்துவ போதகர் என்று அழைக்கப்படும் இராபர்ட் டீ நோபிலி *(1577-1656)*, வீரமாமுனிவர் *(1680-1746)*, சீகன்பால்கு *(1683-1719)*, எல்லீஸ் *(1777-1819)*, இரேனியஸ் *(1790-1838)*, போப் *(1820-1907)*, கால்டுவெல் *(1814-1891)* ஆகிய அறிஞர்கள் வழி தமிழுக்கு கிடைத்த கொடைகளைப் பற்றிப் பேசும் மயிலையார், இதில் முதன்மையான செயல்பாடாக தமிழில் புதிதாக உரைநடை உருப்பெற்றதை விரிவாகப் பதிவு செய்கிறார்.

உரைநடை வடிவில் பேசும்போது அதன் அளவு அதிகமாகிறது, அதனையே செய்யுள் வடிவில் எழுதும்போது குறைந்த அளவில் விரிவான செய்திகளை உள்ளடக்க முடிகிறது என்று மயிலையார் கருதுகிறார். அதனால்தான் தமிழில் உரைநடை என்னும் வடிவம் தொடக்க காலத்திலிருந்து செயல்படவில்லை என்று சொல்கிறார். தொல்காப்பியம் போன்ற நூல்களில் உள்ள 'உரை' எனும் சொல்லை

உரைநடை என்று கருதி மயிலையார் தமது கருத்துகளையும் பதிவு செய்கிறார். பேச்சு மரபு, எழுத்து மரபு இரண்டு மரபுகள் தொடக்க காலம் முதல் தமிழில் செயல்பட்டது. பேச்சு மரபை - எழுதும் வழக்கம் தமிழில் இருப்பதாக சொல்ல முடியாது. பத்தொன்பதாம் நூற்றாண்டு முதல் அச்சுக் கருவி என்பது நமது எழுத்து மரபில் புதிய தன்மை உருவாக வழி கண்டது. பேச்சு மரபை எழுத்து மர பாகவும் செயல்படுத்துவது நடைமுறைக்கு வந்தது. செய்தித் தொடர்பு எனும் நவீன துறை உருவாக்கமும் அதன் வழி பேச்சு மரபை அச்சிடுவதும் ஏற்பட்டது. தமிழியல் துறை சார்ந்து உருவான இம்மரபின் மூலம் புனைவுகள் உருவாயின. இந்த பின்புலத்தில்தான் உரைநடை (prose) எனும் மரபு உருவானது. இவ்வகையான அச்சுப் பொறி மூலம்தான் உரைநடை வெகுவாக வளர்ச்சியுற்றது என்பதை பதிவு செய்யும் மயிலையார், அதன் தமிழ் சூழல் சார்ந்த வரலாறு பற்றி பேசும்போது பேச்சு வடிவம் - அச்சுப்பொறி - உரைநடை எனும் உருவாக்கத்தை புரிந்து கொள்ளவில்லை என்றே கருத வேண்டியுள்ளது. இவ்வகையில் தமிழ் உரைநடை உருவாக்கத்தில் கிறித்தவம் செய்த பங்களிப்பை மேற்குறித்த நூலில் விரிவாகப் பதிவுசெய்துள்ளார் மயிலையார்.

கிறித்தவர்களால் வளர்த்தெடுக்கப்பட்ட அச்சுப் பண்பாடு மூலம் இதழியலும் புத்தக உருவாக்கமும் தமிழ்ச் சூழலில் எவ்வாறு உருப்பெறத் தொடங்கியது என்பதை விரிவாகப் பேசியுள்ளார். கல்விக்கூடங்கள் உருவாக்கம், அதற்கு தேவையான பாட நூல்கள், அந்த நூல்களை வெளியிடும் அமைப்புகள், அவை சார்ந்து புத்தக உருவாக்கம் என்பது எவ்வாறு தமிழில் அச்சுப் பண்பாடாக உருப் பெற்றது என்ற வரலாற்றின் தொடக்க கால நிகழ்வுகளைப் பதிவு செய்துள்ளார்.

புத்தக உருவாக்கத்தின் மூலம் தமிழில் எவ்வாறு அறிவியல் கருத்துகள் உருப்பெற்றன? அவை கல்வி கூடங்களில் எவ்வாறு பயன்படுத்தப்பட்டன? அதன் மூலம் நமது கல்வித் துறையில் உருவான மாற்றங்கள் எவை எவை? என்பவற்றை விரிவாக பதிவு செய்துள்ளார். இவ்வகையில் அவரது முதல் நூலே அரிய தகவல்களை சான்றாதாரமாகப் பதிவு செய்யும் பண்பைக் காணமுடிகிறது.

* * *

பனுவல் புத்தகக் கடை நண்பர்கள், தமது 'தடாகம்' பதிப்பகத்தார் மூலம் மயிலையாரின் சமயங்கள் சார்ந்த மூன்று நூல்களை மறுஅச்சு

செய்வது சிறப்பான பணி. 'கிறித்தவமும் தமிழும்' (1936), பௌத்தமும் தமிழும் (1940), சமணமும் தமிழும் (1954) என்ற மூன்று நூல்களிலும் மயிலையார் உழைப்பைக் காணமுடிகிறது. தமிழுக்குப் புதிய கொடையாகப் பல்வேறு நூல்களை எழுதிய மயிலையார், சமய நம்பிக்கை உடையவர் இல்லை. சுயமரியாதை இயக்கக் கருத்துச் சார்பாளர். தமிழ்ச்சூழலில் புதிதாக உருவான சுயமரியாதை இயக்கம் சமய மரபுகளை எதிர்கொள்ளும் பாங்கில் அவைதீக சமயங்கள் குறித்தப் பதிவுகளை செய்தனர். வைதீக சமயங்களைக் கடுமையாக எதிர்த்தனர். இவ்வகையான கருத்துப் புரிதல் சார்ந்து மயிலையார் அவைதீக சமயங்களான பௌத்தம், சமணம் குறித்தப் பதிவுகளை செய்கிறார். அச்சமயங்கள் பற்றிய புரிதலை சுயமரியாதை மற்றும் இடதுசாரி கருத்துநிலை சார்ந்தவர் களுக்கு உருவாக்குவதாகவே அவரது பணி அமைந்தது. புதிய கருத்துநிலைகள் உருவானபோது அதற்கு வலுசேர்க்கும் பணியாக அவைதீக சமயங்கள் குறித்தப் பதிவுகளை மயிலையார் செய் துள்ளார். வரலாற்றுக் கண்ணோட்டத்தில் மிக முக்கியமான பணி யாக இவற்றைக் கருதமுடிகிறது. அதைப் போலவே, நவீனத்துவ கருத்து மரபுகளை உள்வாங்கிச் செயல்பட்ட சமயமாக கிறித் துவத்தைச் சொல்ல முடியும். அது அவைதீக மரபைச் சார்ந்தது இல்லை என்றாலும், அவர்களது நடவடிக்கைகள் புதிய கருத்து மரபு உருவாக்கத்திற்கு உதவின. கல்வி மற்றும் அச்சு பண்பாட்டில் கிறித்தவத்தின் கொடை முதன்மையானது. அக் கண்ணோட்டத்தில் கிறித்தவம் தமிழுக்குச் செய்த கொடைகளைப் பதிவுசெய்திருக்கிறார்.

இந்த மூன்று நூல்களை மறுஅச்சாகக் கொண்டுவரும் தடாகம் பதிப்பகத்திற்கு எனது வாழ்த்துகள். குறிப்பாக, நண்பர் அமுதரசன் ஈடுபாடு பெரிதும் பாராட்டத்தக்கது. அவரது முயற்சி வெற்றி பெற வாழ்த்துகிறேன். தமிழ்ச்சமூகம் இந்நூல்களை வாங்கிப் பயன்படுத்த வேண்டும் என்று அன்பாகக் கேட்டுக்கொள்கிறேன்.

தங்கள் அன்பான

வீ. அரசு

30.11.2021

நினைவு

எனக்குக் கல்வியறிவைப் புகட்டித் தமிழ்ச்சுவை ஊட்டியருளிய என் அருமைத் தமையனார் மயிலை சீனி. கோவிந்தராசனார் அவர்களின் நினைவு மலராக இந்நூல் இலங்குக.

- நூலாசிரியர்

உள்ளுறை

முதல் பதிப்பு - முன்னுரை	21
இரண்டாம் பதிப்பு - முன்னுரை	23
மூன்றாம் பதிப்பு - முன்னுரை	24
நான்காம் பதிப்பு - முன்னுரை	25
முகவுரை I	26
முகவுரை II	27
Foreword - III	29
1. ஐரோப்பியர் வருகை	35
2. உரைநடை நூல் வரன்முறை	45
3. அச்சுப் புத்தக வரலாறு	55
4. விஞ்ஞான நூல் வரலாறு	69
5. தமிழில் வழங்கும் ஐரோப்பியத் திசைச் சொற்கள்	74
6. செய்தித்தாள் முதலிய வெளியீடுகள்	78
7. சில பழமொழிகள்	81
8. தமிழறிந்த ஐரோப்பியர்	
1. தத்துவ போதக சுவாமி	83
2. வீரமா முனிவர்	90
3. ஸீகன் பால்கு ஐயர்	102
4. எல்லிஸ் துரை	108
5. இரேனியுஸ் ஐயர்	110

	6. போப் ஐயர்	115
	7. கால்ட்வெல் ஐயர்	119
	8. பெர்ஸிவல் ஐயர்	123
	9. தெய்லர் ஐயர்	123
	10. ஜோகன் பிலிப் பெப்ரீசியஸ்	123
	11. கிளார்க் ஐயர்	124
	12. ராட்லர் ஐயர்	124
	13. உவின்ஸ்லோ ஐயர்	124
	14. துரு ஐயர்	124
9.	தமிழ்ப்புலமை வாய்ந்த நம் நாட்டுக் கிறித்தவர்	126
10.	பின்னிணைப்பு	135
11.	துணை நூல்கள்	138
12.	மதிப்புரைகள்	140
13.	படங்கள்	
	1. சுவாமி விபுலானந்தர்	145
	2. வீரமா முனிவர்	146
	3. ஸீகன்பால்கு ஐயர்	147
	4. கால்டுவெல் ஐயர்	148
	5. போப் ஐயர்	149
14.	பேராசிரியர் வீ. அரசு பதிப்பித்துள்ள மயிலை, சீனி. வேங்கடசாமி களஞ்சியம் 20 தொகுதிகளில் இடம்பெற்றுள்ள மயிலையார் பற்றிய தகவல்கள்	153-160

முன்னுரை
(முதல் பதிப்பு)

தமிழ்மொழி வளர்ச்சிபெற்ற முழு வரலாற்றையும் அறிய வேண்டும் என்னும் ஆர்வம் எனக்கு நெடுநாளாக உண்டு. ஆகையால், சமயம் வாய்த்தபோதெல்லாம் அத்துறையில் ஆராய்ச்சி செய்துவந்தேன். இவ்வாறிருக்குங்கால், 1934-ஆம் ஆண்டின் கடைசியில், வித்துவான் திரு. தெ.பொ. மீனாட்சிசுந்தரனார் அவர்கள், M.A., B.L., சென்னையிற் கூட்டிய தமிழ் மாநாட்டில், சென்னைக் கிறித்தவக் கல்லூரித் தமிழ்ப்பேராசிரியராகிய திரு. ச.த. சற்குணர் அவர்கள், B.A., "கிறித்துவமும் தமிழும்" என்னும் பொருள்பற்றி ஒரு சொற்பொழிவு நிகழ்த்தினார்கள். அதனைக் கேட்டபோது, தமிழ்மொழிச் சரித்திர ஆராய்ச்சியில் கருத்தைச் செலுத்திநின்ற எனக்குப் புதியதோர் ஊக்கம் உண்டாயிற்று. கிறித்துவ சமயத்தவரால் தமிழ்மொழி அடைந்த நன்மைகளைக் கூறும் தமிழ் நூல் இதுகாறும் இல்லாமையால், முதலில் இதனை எழுதுவதுதான் நலம் எனக்கருதி, இத்துறையில் என் கருத்தைச் செலுத்தி ஆராய்ச்சிசெய்யத் தொடங்கினேன். இதனிடையில் 1935-ஆம் ஆண்டின் கடைசியில், இலங்கை திருமிகு. விபுலானந்த சுவாமிகள், B.Sc., (London), சென்னைக்கு வந்திருந்தபோது, அவர்களிடம் எனது ஆராய்ச்சியைத் தெரிவித்தேன். சுவாமிகள், இது அவசியம் எழுதவேண்டிய பகுதி தான் என்று தெரிவித்து, இவ்வாராய்ச்சி சம்பந்தமாகத் தங்கள் கருத்துகளையும் தெரிவித்து என்னை ஊக்கப்படுத்தினார்கள். இதுவே இப்புத்தகம் எழுதப்பட்டதன் வரலாறு. இந்நூலிலுள்ள குற்றங்களை நீக்கிக் குணங்களையே கொள்ளும்படி பெரியோரை வேண்டுகிறேன்.

இந்நூலுக்கு முகவுரை எழுதியருளுமாறு இலங்கை திருமிகு. விபுலானந்த சுவாமிகளைக் கேட்டுக்கொண்டேன். சுவாமிகள் அன்புடன் எழுதியருளினார்கள். இதற்கிடையில் புதிதொரு யோசனை

தோன்றியது. தமிழ் இலங்கைக்கும் தமிழ் இந்தியாவுக்கும் தமிழ்த் தலைமை பூண்டு விளங்கும் திருமிகு. சுவாமிகள் அருளிய முகவுரை யொன்றே சாலும் என்றாலும், இந்நூல் இந்து உலகத்துக்கு மட்டு மன்றி, கிறித்துவ உலகத்துக்கும் உரியதாகலின், கிறித்துவத் தமிழறிஞரின் முகவுரையும் இந்நூலுக்கு அவசியம் எனத் தோன்றியது. கிறித்துவ மதத்தில் கத்தோலிக், புரொட்டஸ்டெண்டு என்னும் இரு பிரிவுகள் இருப்பதால், அவ்விரு பிரிவுகளின் சார்பாக இரண்டு தமிழ்ப் பெரியோர்களை முகவுரை எழுதியுதவுமாறு கேட்டுக்கொண்டேன். எனது வேண்டுகோளுக் கிணங்கி, மேல் நாட்டு மொழிகள் கீழ்நாட்டு மொழிகள் பலவற்றில் புலமை வாய்ந்து, தமிழ்ச் சொற்பிறப்பாராய்ச்சி செய்துவந்த பெரியார், யாழ்ப் பாணத்து நல்லூர் உயர்திரு. சுவாமி ஞானப்பிரகாசர் அவர்கள், O.M.I., ஒரு நூன்முகம் எழுதி அருளினார்கள். அவ்வாறே, எனது வேண்டுகோளுக்கிணங்கி, தங்கள் உத்தியோக காலம் போக மிகுதியுள்ள காலமெல்லாம், தனிப்பட்ட முறையில், யாதொரு ஊதியமும் கருதாமல் மாணவர்களுக்குத் தமிழ் நூல்களைப் பாடஞ் சொல்லி, அவர்களைச் சிறந்த தமிழ்ப்புலவராக விளங்கச் செய்து வருகிற நற்குணப் பெரியார், சென்னைக் கிறித்துவக் கல்லூரித் தமிழ்ப் பேராசிரியர் திரு. ச.த. சற்குணர் அவர்கள், B.A., ஆங்கில முகவுரை எழுதியருளினார்கள். ஆகவே, இந்நூல் மூன்று முகவுரைகளுடன் வெளிவருகிறது. இந்த முகவுரைகளை எழுதி யருளிய மூன்று பெரியார்களுக்கும் எனது மனமார்ந்த வந்தனம் உரியதாகும்.

இந்நூலிற் சேர்ப்பதற்காக, திரு. வ. சுப்பையா பிள்ளையவர்கள், டாக்டர் ஜி.யூ. போப் ஐயர், டாக்டர் கால்ட்வெல் ஐயர், படங்களைக் கொடுத்துதவியதற்காக அவர்களுக்கும் எனது வந்தனம் உரியதாகும்.

மயிலாப்பூர்,
சென்னை, *24-11-36.*

மயிலை சீனி. வேங்கடசாமி

முன்னுரை

(இரண்டாம் பதிப்பு)

இச்சிறு நூலைப் பெரிதும் மதித்து, நல்லுரை எழுதிய பெரியார் பலர்க்கும், நன்கொடை உதவிய சென்னைப் பாடசாலைப் புத்தக இலக்கிய சங்கத்தார்க்கும், 1940-ஆம் ஆண்டின் இண்டர் மீடியெட் பரீட்சைக்குப் பாடமாக விதித்தருளிய பல்கலைக்கழகப் பெரியோர்க்கும் பெரிதும் வந்தனம் கூறுகின்றேன்.

மயிலாப்பூர்,
சென்னை, 10-7-38.

மயிலை சீனி. வேங்கடசாமி

முன்னுரை

(மூன்றாம் பதிப்பு)

இரண்டாம் பதிப்பு வெளிவந்து பத்து ஆண்டுகளாகிவிட்டன. இப்போது இந்நூல் மூன்றாம் பதிப்பாக வெளிவருகிறது. முற்பதிப்பு களில், ஆங்காங்கு இருந்த சில சொற்களை நீக்கி அவற்றிற்குப் பதிலாகத் தூய தமிழ்ச் சொற்களைச் சேர்ந்திருப்பதும், இரண்டொரு இடங்களில் புதிதாகச் சில செய்திகளைச் சேர்த்திருப்பதும், தவிர, அதிகமாக வேறு கருத்துகளை இதில் சேர்க்கவில்லை. திருநெல் வேலித் தென்னிந்திய சைவசித்தாந்த நூற்பதிப்புக் கழகத்தார், இப்பதிப்பைச் செம்மைபெற நல்ல முறையில் அச்சிட்டு வெளிப் படுத்தியதற்காக அவர்களுக்கு எனது வந்தனம் உரியதாகும்.

மயிலாப்பூர்,
சென்னை, நவம்பர், 48.

மயிலை சீனி. வேங்கடசாமி

முன்னுரை

(நான்காம் பதிப்பு)

கிறித்துவமும் தமிழும் என்னும் இந்நூல் இப்போது நான்காம் பதிப்பாக வெளிவருகிறது. இப்பதிப்பில் பெர்ஸிவல் ஐயர், தெய்லர் ஐயர், பவுரீசையர், கிளார்க் ஐயர், ராட்லர் ஐயர், உவின்ஸ்லோ ஐயர், துரு ஐயர், பவர் ஐயர் என்பவர்களைப் பற்றிய சிறுகுறிப்பும், எகர, ஒகர எழுத்துகளைப் பற்றிய பின்னிணைப்பும் புதிதாகச் சேர்க்கப் பட்டுள்ளன.

திருநெல்வேலித் தென்னிந்திய சைவசித்தாந்த நூற் பதிப்புக் கழகத்தார், இந்நான்காம் பதிப்பை நல்ல முறையில் அச்சிட்டு வெளிப்படுத்தியதற்காக அவர்களுக்கு எனது வந்தனத்தைத் தெரி வித்துக் கொள்கிறேன்.

மயிலாப்பூர்,
சென்னை-4,
20-5-55.

மயிலை சீனி. வேங்கடசாமி

முகவுரை I

இந்நூலாசிரியர் ஆண்டில் இளையராயினும் ஆராய்ச்சித் துறையில் முதிர்ந்தவர். தென்னிந்தியாவிலும் ஈழ நாட்டிலும் அண்மையில் வாழ்ந்த தமிழறிஞர் பலருடைய வாழ்க்கை வரலாறு, அன்னாரியற்றிய நூல் வரலாறு என்னும் இவை தம்மைத் தெளிவு பெற ஆராய்ந்தறிய வேண்டுமென்னும் பெருவிருப்பமுடையவர். பல ஆண்டுகளாக நான் இவரை நன்கறிவேன்; நல்லொழுக்கம் வாய்ந்தவர்; நல்லோருடைய கூட்டுறவைப் பொன்னேபோற் போற்றுபவர்.

இந்நூலினகத்தே இவர் தொகுத்துவைத்திருக்கின்ற முடிபுகள் இவராற் பல ஆண்டுகளாக ஆராய்ந்து காணப்பட்டன. பலப்பல ஆங்கில நூல்களிலும், தமிழ்நூல்களிலும், பரந்துகிடந்த உண்மைகளை ஒருங்கு திரட்டிச் செவ்வி பெற வகுத்து, நூலுருவமாக்கி வெளியிட்டிருக்கின்றார். இந்நூல் கல்லூரிமாணவர்க்கும், தமிழறிஞர்க்கும், தென்னிந்திய சரித்திர ஆராய்ச்சியாளர்க்கும் இன்றியமையாத தொன்றாகும். ஆதலின், இதனைத் தமிழுலகம் உவந்தேற்று ஆதரிக்கு மென்பதற்கையமில்லை. இந்நூலாசிரியர் இன்னும் பல ஆராய்ச்சிகள் செய்து, தமிழகத்திற்குப் பயன்பட வாழுமாறு எல்லாம் வல்ல இறைவன் இன்னருள் புரிவானாக.

சிவானந்த வித்தியாலயம்,
கல்லடியுப்போடை,
காத்தான்குடி, சிலோன்.

சுவாமி விபுலானந்தர்.
19-11-36.

முகவுரை II

ஒரு காலம் மிகச் சீர்திருத்தம் அடைந்து முழுஉலகத்தின் சீர்திருத்தத்துக்கும் மேல்வரிச் சட்டமாய்த் திகழ்ந்திருந்த இந்தியாவின் மகாராகிய நாம், இடைக்காலத்தில் அச்சீர்திருத்தத்தை ஒருபுடை இழந்துபோயினோம். எமக்கு வெகுகாலத்தின் பின்னர் நாகரிகம் பெற்றோராகிய ஐரோப்பியரே, நாம் பல துறைகளின் மழுங்க விட்டிருந்த நாகரிகத்தை மீண்டும் அடைய, எமக்குக் கடவுள் கடாட்சத்தால் துணைசெய்வோரானார்கள். இவற்றுள், தமிழ் வளர்ச் சிக்கு மிக்க உபகாரமான அச்சியந்திர உபாயத்தை எம் நாட்டில் வருவித்தது அன்னோர் செய்த நன்றிகளுள் ஒன்றாம். தமிழில் தனி வான நூல்களை ஆக்கும் இயக்கத்தைத் தொடக்கிவிட்டவரும், நெடுங்கணக்கு முறையாய்ச் சொற்களின் அர்த்தத்தை விளக்கும் வனப்பு வாய்ந்த தமிழ் அகராதியைச் செய்து தந்தவரும் ஐரோப்பிய குருமாரே. விஞ்ஞானத்துறைகளிற் சில நூல்களை முதன் முதல் தமிழில் இயற்றினோரும், தமிழரின் கல்வியை விருத்தியாக்கும் பொருட்டு ஆங்கில பாடசாலைகளைத் தாபித்தோரும், அவற்றின் மூலமாய்ப் பல கலைகளுக்கு உரிய நூல்களைத் தமிழில் இயற்றியும் இயற்றுவித்தும் தமிழ் முன்னேற்றத்திற்குப் பேருதவி செய்தோரும் ஐரோப்பியக் கிறித்துவ சமய குரவரே. முன்னாளில் சமணப் பெரி யோர் தமிழிற்குத் திருக்குறள், சீவகசிந்தாமணி ஆகிய செந்தமிழ் நூல்களை உதவியதுபோல, பின்னாளில் தேம்பாவணி ஆகிய பத்திய நூல்களை உதவியவரும் ஓர் ஐரோப்பிய குரவரே. இத்தமிழ் வல்லுநர்களைப் பின்தொடர்ந்து நம் நாட்டுக் கிறித்துவர்களும், அவ்வக் காலத்தே தமிழின் முன்னேற்றத்துக்கு உரிய பல தொண்டுகள் செய்துள்ளனர்.

இவ்வாறு, ஐரோப்பியரும் தமிழ்நாட்டவருமான கிறித்தவர் களால் தமிழும் தமிழுலகும் பெற்றுக்கொண்ட பேருபகாரங்களைச் சுருக்கமாய்க் கூறுவதாய், இளைஞரும் கிரகித்துக்கொள்ளத்தக்க

பெற்றியான தமிழ்நடை பொருந்தியதாய் விளங்குகின்ற "கிறித்து வமும் தமிழும்" எனப் பெயர் சூடிய நூலைப் பார்த்து ஆனந்த வசத்தரானோம். "தினைத்துணை நன்றி செயினும் பனைத் துணை யாக் கொள்வர் பயன் தெரிவார்" என்றபடி, நம்மனோரெல்லாம் கிறித்தவர் தமிழுக்குச் செய்த நன்றியை அறிந்து பாராட்டும்படியாக இச்சிறிய நூலைச் சிறப்புற எழுதித்தந்த ஸ்ரீ மயிலை சீனி. வேங்கடசாமிக்கும், அழகுறப் பதிப்பித்த ஸ்ரீ. கா. ஏ. வள்ளி நாதனுக்கும் தமிழுலகம் மிகக் கடப்பாடு உடையதாகிறது.

நல்லூர்,
யாழ்ப்பாணம்.

சுவாமி ஞானப்பிரகாசர்

Foreword III

The most brilliant age in Tamil literature, the so-called Sangam Age, came to a close at the downfall of the three Tamil Dynasties, and was succeeded by dark ages which continued all through the long period of anarchy and misrule in Southern India. It was after the advent of Europeans in general, and European Christian Missionaries in particular, that the revival of Tamil letters began.

When Europeans realised that the best way of knowing and influencing the Tamil people, among whom they came to live and work, was through the knowledge of their language, they applied themselves closely to the study of Tamil. They found it was a noble language with a noble literature, but was generally neglected by its people, mainly by reason of its literary dialect being almost entirely poetical, and so different from the spoken dialect, that one, who could read and write the language as spoken, could not even divide a line of poetry into its component words, unless one had made a special study of it for years.

So they seem to have thought it their first duty to try to open the eyes of the Tamils to the greatness of their language. With this object in view, many of them have expressed their opinion of Tamil, its literature, and grammar. Their opinions are very useful and interesting, but we have space here only for a few of them.

First, as regards the language : Dr. Winslow writes, "It is not perhaps extravagant to say that in its poetic from the Tamil is more polished and exact than the Greek, and, in both dialects, with its borrowed treasures, more copious than the Latin. In its fulness and power, it more resembles English and German than any other living language." Dr. Schimid writes of Tamil that "the mode of collocating its words follows the logical or intellectual order more so than even the Latin or Greek." The Rev. P. Percival observes, "Perhaps no language combines greater force with equal brevity; and it may be asserted that no human speech is more close and philisophic in its expression as an exponent of the mind. The sequence of things-of thought, action, and its results-is always maintained inviolate. "Professor Whitney writes that he "was informed by an American who was born in South India and grew up to speak its language vernacularly along with his English, a man of high education and unusual gifts as a preacher and writer, that he esteemed the Tamil a finer language to think and speak in than any European tongue known to him."

Dr. G. Slater, late professor of Indian Economics in the University of Madras, writes that "the Tamil language is extraordinary in its subtlety and sense of logic." and that "the perfcection with which it has been developed into an organ for precise and subtle thought, combined with the fact that it represents a much earlier stage in the evolution of infexional language than any Indo germanic tongue, suggests... the priority of the Dravidians in attaining settled order and regular Government," and that "as it is known to us it the product of a very long period of a somewhat elaborate civilisation."

Secondly, as regards its literature: That "unique genius," Father Beschi, writes that "the Tamil poets use the genuine language of poetry."and "there are excellent works in Tamil poetry on the subject of the divine attributes and the nature of virtue." Dr. Pope, referring to the numerous ethic works in Tamil, remarks, "I have felt sometimes as if there must be a blessing in store for a people that delight so utterly in compositions thus remarkably expressive of a hunger and thirst after righteousness." The Rev. H. Bower, a Eurasian, writes of the Tamil Poetess Auvaiyar, that "She sang like Sappho, yet not of love, but of virtue," and of the Chintamani that "it is a moral epic of the highest merit," and of the Sacred Kural that the "work is superior to the institutes of Manu and is worthy of the divine Plato himself."

Thirdly, as regards its grammar: Rev. T. Brotherton wirtes that "it is generally allowed by all who are at all conversant with Tamil literature, that the Nunnool or Tamil Grammar of Pavananti, is the most philosophically and logically arranged Grammar of anylanguage in the universe, and that it is a "venerable and esteemed work."

Indian Christians have said none the less. One of them writes of the Sacred Kural and its author that "it is refreshing to think that a nation which has produced so great a man and so unique a work cannot be a hopeless, desciple race." Another often observed that "one of the main objects of studying Tamil literature is to know and catch the genius of the ancient Tamil people" And another wrote : "Indeed, the various kinds of elliptical constructions in which Tamil greatly delights, the philosophic sequence of things that it always maintains inviolate, the logical and musical choice of terms that it often makes from a veritable host of synonyms, the implied significations that it often presents to the careful reader, the numerous and extraordinary poetic licenses that it enjoys, and, above all, the extreme elasticity by which it possesses a large amount of linguistic economy and is capable of being interpreted according to the intellectual capacity of the reader, these-these alone, which none can deny it, are likely to make any one, who is rightly and faithfully devoted to its literature, a person of no mean mental power... There is no easier and better method of gauging the genius and mental acumen of the ancient Tamil race than to study their science of grammar which they have carried to a very high degree of prefection. Theie subtle lingusitic observation, their happy invention of the wonderful Sutra-device, their logical arrangment of the rules, and their elaborate methods of construing them cannot but be the wonder of all ages."

After many such eulogies, European and Indian Christians have exhorted the Tamils not to neglect their language. They have also pointed out that neglect of vernacular means only national suicide. Dr. Pope wrote, "Let the Tamils cease to be ashamed of their Tamil." Dr. Murdoch wrote to them, "Let them be assured that so long as they despise their mother tongue they have merely a thin whitewash of civilisation," and quoted the words of Von F. Schlagel. "That acquaintance with foreign languages, whether dead or living, which is necessary for men of letters and fashion, is no longer associated with neglect of their vernacular speech, a neglact which is always sure to work its own revenge on those who practise it, and which can never be supposed to create any prejudice either in favour of their politeness or their erudition."

Now, even if Europeans have not done anything else than trying thus to open our eyes to the excellence of our langugage, and warning us against neglecting it, we must be extremely indebted to them. But they have done more.

They simplified the Tamil script. They introduced space between the words, simple or compound, of a sentence, for it had been the native custom to write a whole sentence as if it were composed of one long word. They were the first to print Tamil tracts, books, and papers. They were the first to introduce the study of Tamil inot the civilised countries of the world. They were the first to make Tamil translations from European languages. They were the first to compile Tamil word-books, dictionaries and lexicons, which made obsolete the time-honoured custom of memorising the metrical Tamil vocabularies, before taking up literature. They were the first to write Tamil treatises on Natural Science. They were the first to urge educated Tamils to bring out expurgated editions of Tamil works, and to write interesting general literature of a wholesome character. They were the first to show us how to make a critical study of our language, literature, and grammar. And they were the first not only to teach us that "that is not good language that all understand not," and that there can be no social, moral, religious, political, or economical progress among a people who have no homely prose literature to read, but also to write "Modern Tamil prose," and create the reading habit among us.

The above lines contain a brief summary of a long public Tamil lecture, "Christianity and Tamil," delivered by me about two years ago, in Madras. The author of this book, who is a broad-minded Hindu School-Master, says that the lecture roused his curiosity, and gave him the incentive to make a study of the subject himself and the book is a result of it.

The book contains a very important chapter, which is not generally known, in the history of Tamil Language and Literature. The short biographical sketches and notes of some of the European and native Christian Tamil Scholars, and the well-selected specimens of Tamil writing of some of the European scholars cannot fail to be quite interesting. We have here fine specimens of the flowery language of the Italian Tamil Scholar, Father De Nobilibus; of the simple, direct, and telling language of the Swiss, the Rev. C.T. E. Rhenius, on the Truthfulness of the Gospels; of the poetical and literary, and colloquial prose style of the Italian, Father C.J. Beschi, the greatest of the European Tamil Scholars; who expresses, in one of the passage quoted here by the author, his high appreciation of the Sacred Kural.

The book is well written too. Its language is simple, correct, natural, and free from all tricks of style.

The book is sure to make all Tamil students feel extremely proud of the literature and grammar of their language, and love and study and improve it with zeal.

The author has my great thanks, and the book, my best wishes.

Madras,
1-11-1986

S.D. SARGUNAR
Lecturer in Tamil
Madras Christian College.

1. ஐரோப்பியர் வருகை

கிறித்துவராகிய ஐரோப்பியரின் தொடர்பினால் தமிழ் மொழிக்கு உண்டான வளர்ச்சியை ஆராய்வதே இந்நூலின் நோக்கம். அதனை ஆராயப் புகுவதற்கு முன் ஐரோப்பியரின் தொடர்பு எப்படி ஏற் பட்டதென்பதைத் தெரிவிப்பது முறையாகும். ஆகையால், ஐரோப் பியர் நமது தேசத்திற்கு வந்த வரலாற்றைச் சுருக்கமாக எழுதுவோம்.

இரண் '□டாயிரம் ஆண்டுகளுக்கு முன்னே, மேல்நாட்டார் நமது இந்தியா தேசத்துடன், சிறப்பாகத் தென் இந்தியாவுடன், வணிகத் தொடர்பு கொண்டிருந்ததாகத் தெரிகிறது. யவனர்[1] என்னும் ஐரோப்பியக் குலத்தார் சேர நாட்டின் கடற்கரைப் பட்டினங்களிற் பண்டகசாலைகள் அமைத்து, அவற்றில் நமது நாட்டுச் சரக்குகளைச் சேமித்துவைத்துக் கப்பல்கள் மூலமாக ஐரோப்பிய நாடுகளுக்குக் கொண்டுபோனார்கள். மதுரை, புகார்[2] முதலிய நகரங்களிலும் யவனர் வசித்து வந்ததாகத் தமிழ் நூல்களினால் அறிகிறோம். கி.மு. 22-இல், மதுரையில் அரசாண்டிருந்த பாண்டிய மன்னன், அகஸ்தஸ்சீசர்[3] என்னும் யவன அரசனிடம் தூதுவர்களை அனுப்பி னான் என்று ஸ்த்ரேபொ[4] என்னும் மேல் நாட்டாசிரியர் எழுதி யிருக்கிறார். தமிழருக்கும் யவனருக்கும் இருந்த இவ்வணிகத் தொடர்பு கி.பி. 47 முதல் மேன்மேலும் அதிகப்பட்டது. ஏனென்றால், அந்த ஆண்டில் ஹிப்பலஸ்[5] என்பவர், இந்து மாகடலில் வீசுகிற வடகிழக்கு, தென்மேற்குப் பருவக்காற்றைக் கண்டுபிடித்தார். இப் பருவக்காற்று வீசுகிற காலங்களிற் பிரயாணம் செய்வதால், மாலுமிகள் விரைவாகக் கப்பல்களைச் செலுத்திக் குறிப்பிட்ட இடங்களுக்கு ஏறக்குறையக் குறிப்பிட்ட காலத்திற் செல்லக்கூடியதாயிருந்தது.

---

1 உரோமர், கிரேக்கர்.

2 காவிரிப்பூம்பட்டினம்.

3 Augustus Caesar.

4 Strabo.

5 Hippalus.

ஆகவே, யவன வணிகர்கள் அதிகமாகத் தமிழ்நாட்டிற்கு வரத் தலைப்பட்டார்கள். இவ்வணிகப் பெருக்கத்தினால் நமது தேசத் தாருக்கு ஏராளமான வருவாய் கிடைத்தது. "இந்தியா தேசம் ஏராள மான செல்வத்தை யவன தேசத்திலிருந்து ஆண்டுதோறும் கவர்ந்து கொள்கிறது" என்று பிளினி என்னும் ஆசிரியர் எழுதியிருக்கிறார். இந்தத் தமிழர்-யவனர் வணிகத் தொடர்பைப் பற்றிப் புறநானூறு, மணிமேகலை, சிலப்பதிகாரம் முதலிய சங்கநூல்களிலும் குறிப்புகள் காணப்படுகின்றன. தமிழருக்கும் யவனருக்கும் இருந்த இந்தத் தொடர்பு வாணிகத்தோடு மட்டும் நின்றிருந்ததே தவிர சமயம், கலை, மொழி முதலியவைகளிற் சிறிதும் இடம்பெறவில்லை. யவனர் நம்முடன் நேர்முகமாகக் கொண்டிருந்த இந்த வணிகத் தொடர்பு கி.பி. 7-ஆம் நூற்றாண்டுவரையில் நிலைபெற்றிருந்தது. 7-ஆம் நூற்றாண்டில், அரபி தேசத்து முகமதியர்கள் எகிப்து, பாரசீகம் முதலிய நாடுகளை வென்று கைப்பற்றிய பிறகு, யவனர் நமது தேசத்துடன் வைத்திருந்த நேர்முகமான வணிகத்தொடர்பு தடைப் பட்டுவிட்டது. 7-ஆம் நூற்றாண்டிற்குப் பிறகு முகமதியர் கடல் வழியையும் தரைவழியையும் கைப்பற்றி ஆதிக்கம் பெற்றதோடு, இந்திய வாணிகத்தையும் கைப்பற்றிக்கொண்டார்கள். இந்தியப் பொருள்களை வாங்கிக்கொண்டுபோய் ஐரோப்பிய தேசங்களில் விற்பனை செய்வதாற் பெரும்பொருள் ஊதியங் கிடைப்பதைக் கண்டு, முகமதியர் ஐரோப்பியரை இந்தியாவுடன் நேர்முகமாக வாணிகம் செய்யவொட்டாதபடி தடுத்துவிட்டார்கள். இவ்விதமாகப் பண்டைக்காலத்தில் ஐரோப்பியர் நமது தேசத்துடன் கொண்டிருந்த வணிகத் தொடர்பு அற்றுப்போயிற்று.

முகம்மதியர் மலையாளக் கரையிற் பண்டகசாலைகளை அமைத்து, மிளகு முதலிய பொருள்களைச் சொற்ப விலைக்கு ஏராள மாய் வாங்கிச் சேமித்துவைத்து, அவற்றைக் கப்பல்களில் ஏற்றிக் கொண்டு அரபிக் கடல் வழியாகச் செங்கடலிற் சென்று, அங்கிருந்து தரைவழியாக சூயஸ், கெய்ரோ, அலக்ஸாந்திரியா முதலான நகரங் களின் வழியாக ஐரோப்பிய நாடுகளுக்குக் கொண்டுபோய், ஒன்றுக்குப் பன்மடங்கு அதிகமாக விலைவைத்துச் சரக்குகளை விற்று, பெரும்பொருள் திரட்டினார்கள். வணிகத்தொழில் செய்யும் குலத்தார் எப்போதும் செல்வந்தராயிருப்பது எல்லோரும் அறிந்த உண்மை. இதன்படி, வியாபாரத் தொழிலில் ஈடுபட்ட முகம்மதியர் மேன் மேலும் செல்வம் பெற்றுச் சிறப்படைந்து விளங்கினார்கள்.

ஐரோப்பியர் இப்போது கைத்தொழில், நாகரிகம் முதலியவற்றில் சிறப்படைந்திருப்பது போல அக்காலத்திற் சிறப்புப் பெறாமல் தாழ்ந்த நிலையில் இருந்தார்கள். ஆகையால், ஆடை, முதலிய பல பொருள்கள் இந்தியா முதலிய கீழைத் தேசங்களிலிருந்தே ஐரோப்பாவுக்கு ஏற்றுமதி செய்யப்பட்டுவந்தன. இதனால் இந்த வாணிகத்தைத் தங்கள் கையில் வைத்திருந்த முகம்மதியர் பெருஞ் செல்வம் சம்பாதித்ததில் வியப்பொன்றுமில்லை. இவ்வாறு சில நூற்றாண்டுகள் கழிந்தன.

இந்தியச் சரக்குகளை ஐரோப்பிய நாடுகளிற் கொண்டுபோய் விற்பதனால் முகம்மதியர் செல்வம் பெற்றுச் சிறப்புடன் வாழ்வதைக் கண்ட ஐரோப்பிய தேசத்தார், தாங்களும் நேர்முகமாக இந்தியாவுடன் வாணிகஞ் செய்து பொருள் ஈட்ட வேண்டுமென்று ஆவல் கொண்டார்கள். ஆனால், இந்தியாவுக்குச் செல்லும்வழி முகம்மதியர் ஆதிக்கத்திலிருந்தபடியாலும், வேறு குலத்தார் இவ்வணிகத்தைக் கைக்கொள்ளாதபடி அவர்கள் (முகம்மதியர்) வெகு கருத்தாகக் காவல் செய்திருந்தபடியாலும், ஐரோப்பியரின் எண்ணம் கைகூடவில்லை. அக்காலத்தில் பூகோள நூல் தெரியாதபடியால் வேறு வழியாக இந்தியாவுக்குச் செல்லும் வழியையும் ஐரோப்பியர் அறிந்திருக்கவில்லை. இந்தியா ஐரோப்பாவுக்குக் கிழக்குப் பக்கத்தில் இருக்கின்றதென்பது மட்டும் அவர்களுக்குத் தெரியும். ஆனால், அங்குச் செல்வதற்கு வேறு வழி தெரியாமல் திகைத்தனர்.

அக்காலத்தில், ஐரோப்பாக் கண்டத்தில் இந்தியாவைப்பற்றிப் பல கதைகள் வழங்கிவந்தன. இந்தியா தேசம் பூலோக சுவர்க்கம் என்றும், பணம் காய்க்கும் மரங்கள் அங்கே ஏராளமாக வளர்கின்றன என்றும், தேன் ஆறும், பால் ஆறும் கரைபுரண்டோடுகின்றன என்றும் பலவிதமான செய்திகள் உலவிவந்தன. இவ்விதச் செய்திகளைக் கேட்டபோது ஐரோப்பியருக்கு நாவில் நீர் சுரந்தது. தேனாறும் பாலாறும் கரைபுரண்டோடும் அந்தப் பூலோக சுவர்க்கத்தை, பணம் காய்க்கும் மரங்கள் வளருகிற வியப்பான இந்தியா தேசத்தைக் காண வேண்டும் என்றும், அத்தேசத்துடன் நேர்முகமாக வணிகத் தொடர்பு பெற்றுப் பொருள் சம்பாதிக்க வேண்டும் என்றும் ஐரோப்பியர் ஆவலோடு விரும்பினார்கள். அக்காலத்தில் ஐரோப்பா முழுதும் இந்தியாவின் பேச்சாகவே இருந்தது. ஆனால், இந்தியாவுக்கு எப்படிப் போவது? இந்தியாவுக்குச் செல்லும் வழியை முகம்மதியர் கைப்பற்றித் தங்கள் ஆதிக்கத்தில் வைத்துக்கொண்டு, வேறு குலத்தார்

அவ்வழியாகச் செல்லாதபடி, கண்ணை இமை காப்பதுபோல் காத்து வருகையில், ஐரோப்பியர் இந்து தேசம் செல்ல நினைத்தது, முடவன் தேனுக்கு ஆசைப்பட்டதுபோல் இருந்தது.

இவ்வாறிருந்து வருகையில், பூகோள நூலைப்பற்றி ஆராய்ந்து வந்த அறிவாளிகள் பூமி அப்பளம்போல் தட்டையாக இருக்க வில்லை என்றும், பந்துபோல் உருண்டை வடிவாக இருக்கிறது என்றும் அறிந்தார்கள். ஆனால், இப்பூகோளநூல் உண்மையை மக்கள் ஒப்புக்கொள்வதற்கு நெடுநாள் சென்றது. கடைசியாக, போர்ச்சுகல் தேசத்தவராகிய கொலம்பஸ் என்பவர், இப்பூகோள நூல் உண்மையை அடிப்படையாகக் கொண்டு, இந்தியா தேசத் திற்குச் செல்ல வேறொரு வழியைக் கண்டுபிடிக்கத் துணிந்தார். எப்படி என்றால், பூமி உருண்டையாயிருப்பதால், ஒருவன் ஓரிடத் திலிருந்து புறப்பட்டு மேற்கு முகமாகப் பிரயாணம் செய்துகொண்டே போனால், கடைசியில் அவன் கிழக்குப் பக்கமாகத்தான் புறப்பட்ட இடத்திற்கு வந்துசேர்வான் என்னும் பூகோள நூல் உண்மையை மனத்திற்கொண்டு, இந்தியா தேசம் ஐரோப்பாவுக்குக் கிழக்கில் இருக்கிறபடியால், ஐரோப்பாவிலிருந்து மேற்குப் பக்கமாய்ப் பிரயாணம் செய்துகொண்டுபோனால், இந்தியா போய்ச்சேரலாம் என்று கொலம்பஸ் என்பவர் நம்பினார். ஆனால், அவர் சொல்லிய கருத்தை ஒருவரும் ஆதரிக்கவில்லை.

கடைசியாக, மிகுந்த சிபாரிசின் மேல், ஸ்பெய்ன் தேசத்து அரசன் கொலம்பஸுக்கு உதவி செய்ய இசைந்து, சில கப்பல்களையும், மாலுமிகளையும் பிரயாணத்துக்கு வேண்டிய சாமான்களையும் கொடுத்துதவினான். கொலம்பஸ் ஸ்பெய்ன் தேசத்தைவிட்டுப் புறப் பட்டு, மேற்குப் பக்கமாய்க் கடலிற் பிரயாணம் செய்துகொண்டு போனார். சில நாட்கள் பிரயாணம் செய்த பிறகு, கொலம்பஸ் மேற்கிந்திய தீவுகளையும், புதிய உலகம் என்னும் அமெரிக்கா கண்டத்தையும் கண்டுபிடித்தார். ஆனால், கொலம்பஸ் அத்தீவுகள் இந்தியா தேசத்தைச் சேர்ந்தவை என்றும், அக்கண்டம் இந்தியா தேசம் என்றும் தவறாக நினைத்தார். அவர் தாம் கண்டுபிடித்த பூபாகம் இந்தியா தேசம்தான் என்கிற நம்பிக்கையுடன் இறந்தார்.

ஆனால், உண்மையில் அது இந்தியா தேசம் அன்று. "ஒன்றை நினைக்கின் அது ஒழிந்திட்டொன்றாகும்" என்றபடி, கொலம்பஸ் இந்தியா தேசத்தைக் கண்டுபிடிக்கும் நோக்கத்தோடு செல்ல, தற் செயலாகப் புதிய பூபாகங்களைக் காணப் பெற்றார். கொலம்பஸ்

புதிய உலகத்தைக் கண்டுபிடித்த செய்தி ஐரோப்பியர்களுக்குப் புதிய உணர்ச்சியை அளித்தது. ஏனைய ஐரோப்பிய சாதியாரும் இந்தியா தேசத்துக்குப் புதிய வழியைக் கண்டுபிடிக்க ஊக்கங்கொண்டு முயற்சி செய்தார்கள். இவ்வாறு ஊக்கங்கொண்டவர்களில் போர்ச்சுகல் தேசத்தரசனும் ஒருவன். எமானுயெசி[6] என்னும் பெயருள்ள அந்த அரசன் ஆப்பிரிக்கா கண்டத்தைச் சுற்றிக்கொண்டு கிழக்கு முகமாகப் பிரயாணம் செய்தால், இந்தியா தேசம் போய்ச் சேரலாம் என்று நம்பிக்கை கொண்டவன். ஆகையால், அவ்வழியாகச் சென்று இந்தியா தேசத்தைக் கண்டுபிடிக்கும்படி வாஸ்கோ-டா-காமா என்பவரை அனுப்பினான். வாஸ்கோ-டா-காமா போர்ச்சுக்கல் தேசத்துத் துறைமுகப்பட்டினமாகிய லிஸ்பன் என்னும் பட்டினத்தை விட்டு 1497ஆம் வருசம் சூலை மாதம் 9ஆம் நாள் புறப்பட்டுக் கடல் வழியாகச் சென்றபோது, எதிர்காற்றில் அகப்பட்டு அநேக இடர் இழிப்புகளுக்குட்பட்டார். ஆனாலும், மனந்தளராமல் மேன்மேலும் கப்பலையோட்டிக் கொண்டு, ஆப்பிரிக்காக் கண்டத்தின் தென் கோடியாகிய நன்னம்பிக்கை முனையைச் சுற்றிக் கடந்து, அக் கண்டத்தின் கிழக்குக் கரையோரமாகப் பிரயாணம் செய்து, கடைசியில் மிலாண்டா[7] என்னும் கடற்கரைப் பட்டினத்தை அடைந்தார். அது அக்காலத்தில் பேர் பெற்ற துறைமுகப்பட்டினம். ஆகையால், இந்தியாவிலிருந்து பல கப்பல்கள் அங்கு வந்திருந்தன. வாஸ்கோ-டா-காமா அங்கிருந்த ஒரு முகம்மதிய மாலுமியை இந்தியா தேசத்துக்கு வழிகாட்டும்படி தம்முடன் அழைத்துக் கொண்டு அங்கிருந்து புறப்பட்டு, அந்த முகம்மதிய மாலுமியின் உதவியால், கி.பி. 1498-ஆம் வருசம் மே மாதம் 22-ஆம் நாள் மலையாளக்கரையில் உள்ள கள்ளிக்கோட்டை[8] என்னும் பட்டினத்தை அடைந்தார். யவனருக்குப் பிறகு வாணிபத்தின் பொருட்டு இந்தியாவுக்கு வந்த கிறித்தவ மதத்தைச் சேர்ந்த ஐரோப்பியர் இவர் தாம்.

பிறகு, வாஸ்கோ-டா-காமா கள்ளிக்கோட்டையை அரசாண்டிருந்த சாமுத்திரி அரசனைக்[9] கண்டு பேசி, போர்ச்சுகல் தேசத்தார் கள்ளிக்கோட்டையில் வர்த்தகம் செய்ய அவ்வரசனிடம் உத்தரவு

---

[6] Emanuel.
[7] Milanda.
[8] Calicuti.
[9] Zamorian.

பெற்றுக்கொண்டு, மீண்டும் தம் ஊருக்குச் சென்று, தாம் இந்தியா வைக் கண்டுபிடித்த மகிழ்வுச் செய்தியைத் தம்முடைய அரசனுக்குத் தெரிவித்தார். போர்ச்சுகல் தேசத்தரசன் மிகவும் மகிழ்ச்சி அடைந்து, இந்தியா தேசத்துடன் வர்த்தகம் செய்வதற்காகவும், கூடுமானால், அத்தேசத்தை தன் ஆட்சிக்குட்படுத்துவதற்காகவும் சில கப்பல்களை ஆயத்தம் செய்து, பீட்ரோ ஆல்வாரெஸ் காப்ரால்[10] என்பவர் தலைமையிற் பல போர்ச்சுகீசியரை அனுப்பினான். இந்தக் காப்ரால் என்னும் தலைவர் கப்பலைச் செலுத்திக்கொண்டு போகிறபோது. ஆப்பிரிக்காக் கண்டத்தின் கரையோரமாகச் சென்றால், எதிர்காற்றில் அகப்பட்டு வருந்தவேண்டியிருக்கும் என்று நினைத்து, அக்கண்டத் துக்கு மேற்கே அதிக தூரமாய்க் கடலிற் போய்க்கொண்டிருக்கையில், தென் அமெரிக்காவில் உள்ள, இப்போது பிரேசில்[11] என்று வழங்கப்படுகிற செழிப்பான தேசத்தில் தற்செயலாகப் போய்ச் சேர்ந்தார். தாம் போகக் கருதி வந்த இந்தியா தேசம் செல்லாமல் தற்செயலாய் வேறு ஒரு புதிய தேசத்திற் சென்றதை அறிந்து வியப்புற்று, அவர் மீண்டும் அங்கிருந்து புறப்பட்டு இந்தியா தேசம் வந்து சேர்ந்தார். பிரேசில் தேசத்திலிருந்து இந்தியாவுக்குப் புறப்படும்போது அங்கிருந்து சில பழச் செடிகளைக் கொண்டுவந்து இந்தியாவிற் பரவச் செய்தார். அவர் கொண்டு வந்தவை மிளகாய், முந்திரிக்கொட்டை, கொய்யாப்பழம், அனாசிப் பழம், சீத்தாப்பழம், பப்பாளிப்பழம் முதலியவை. இப்பழச்செடிகள் இவர் கொண்டு வருவதற்கு முன்பு நமது நாட்டிலில்லை.

பதினைந்தாம் நூற்றாண்டின் கடைசியில் நமது நாட்டிற்கு வந்த பரங்கியர் (போர்ச்சுகீசியருக்குப் 'பறங்கியர்' என்று பெயர்) கொச்சி, கள்ளிக்கோட்டை, கோவா முதலிய கடற்கரைப் பட்டினங்களில் அமர்ந்து வாணிகம் செய்யத் தொடங்கினார்கள். இவர்களுக்கு முன் தனி உரிமையாய் வாணிகம் செய்திருந்த முகம்மதியருக்குப் பறங்கியர் வந்து வாணிகம் செய்வது பிடிக்கவில்லை. இதனால், பறங்கியருக்கும் முகம்மதியருக்கும் சில சண்டைகள் நடந்தன. அச்சண்டைகளிற் பறங்கியர் வெற்றி பெற்று, முகம்மதியரை அடக்கி, அரபிக் கடலைத் தங்கள் ஆட்சியிற் கொண்டுவந்தார்கள். அதுமுதல் சுமார் ஒரு நூற்றாண்டு வரையில் பறங்கியர்கள் இந்தியா, இலங்கை முதலிய கீழைத் தேசங்களில் வாணிகம் செய்துவந்தார்கள்.

---

10 Pedro Alvarez Cabral

11 Brazil.

இவர்கள் வாணிகம் செய்வதோடு மட்டும் நில்லாமல், கிறித்துவ மதத்தைப் பரவச் செய்யவும் பாடுபட்டார்கள். ஏசுவின் சபைப் பாதிரிமார்களைக் கொண்டுவந்து, பெருந்தொகையான இந்துக் களைக் கிறித்தவராக்கினார்கள். சவேரியார், தத்துவபோதக சுவாமி, ஜான்-டி-பிரிட்டோ, வீரமா முனிவர் முதலிய பாதிரிமார் இவர்கள் அழைத்துவந்த ஏசுவின் சபையைச் சேர்ந்த துறவிகளாவர். இதுவு மன்றி, பறங்கியர் தங்கள் வாணிபப் பட்டினங்களைக் காவல்புரியும் பொருட்டு, பறங்கிப் போர் வீரர்களையும் கொண்டுவந்திருந்தார்கள். இப்போர்வீரர்கள் இந்தியப் பெண்களை மணஞ்செய்துகொள்ளும் படி கட்டாயப்படுத்தப்பட்டனர். இவ்விதக் கலப்புமணத்தினாற் பிறந்த பிள்ளைகள் 'துப்பாசி' என்னும் பெயருடைய புதிய குலத் தாரானார்கள். இந்தத் துப்பாசிகள் பறங்கிமொழியைப் பேசிவந்தனர்.

இவ்விதமாகப் பறங்கியர் இந்தியாவுக்குப் புது வழி கண்டு பிடித்து, இந்திய தேசத்துடன் வாணிபம் செய்து பொருள் திரட்டிச் செல்வந்தராவதைக் கண்டு ஏனைய ஐரோப்பிய இனத்தாரும் இந்தியா தேசத்துடன் வாணிபம் செய்ய ஆவல் கொண்டனர். அவர்களுள் ஹாலண்டு[12] என்னும் நாட்டிலுள்ள டச்சுக்காரரும் இம்முயற்சியில் முனைந்து நின்றார்கள். இந்த டச்சுக்காரருக்கு 'ஒல்லாந்தர்' என்பதும் பெயர். இந்த ஒல்லாந்தர் இந்தியாவுக்கு வடகிழக்கு வழியொன்றைப் புதிதாகக் கண்டுபிடிக்க முயற்சி செய்தார்கள். கொலம்பஸ் ஐரோப்பாவுக்கு மேற்கு முகமாய் இந்தியாவுக்குப் போக ஒரு வழியைக் கண்டுபிடிக்க முயன்றாரல்லவா? பறங்கியர் ஐரோப்பாவுக்குத் தெற்கு முகமாய் ஆப்பிரிக்காவைச் சுற்றி கிழக்கு முகமாகச் சென்று, இந்தியாவுக்கு ஒரு வழியைக் கண்டுபிடித்தார்களே. அதைப்போலவே தாங்களும் ஐரோப்பாவுக்கு வடகிழக்குப் பக்கமாய்ச் சென்று இந்தியாவுக்குப் புதுவழி ஒன்றைக் கண்டுபிடிக்கலாமே என்று ஒல்லாந்தர் நினைத்தார்கள். அப்படி நினைத்தது அக்காலத்தில் பூகோள சாத்திரத்தை அவர்கள் சரிவர அறியவில்லை என்பதைத் தெரிவிக்கிறது. இந்த எண்ணத்தோடு அவர்கள் நான்கு கப்பல்களை இந்தியாவுக்கு வடகிழக்குப் பாதையைக் கண்டுபிடிக்க அனுப்பி னார்கள். இந்த முயற்சியில் அவர்கள் தோல்வியடைந்தார்கள். ஆனால், முன்பு அறிந்திராத சில தீவுகளையும், கடல்களையும் கண்டுபிடித்தார்கள். ஒல்லாந்தர் வடகிழக்குப் பக்கமாய்ப் புதுவழி கண்டுபிடிக்க முயற்சி செய்த அதே காலத்தில், வேறு நான்கு

---

[12] Holland.

கப்பல்களைப் பறங்கியர் கண்டுபிடித்த வழியைப் பார்த்துவரும்படி அனுப்பினார்கள். இக்கப்பல்கள் கிழக்கிந்தியத் தீவுகளில் ஒன்றாகிய சாவா (சாவகம்) தீவுவரையிற்சென்று திரும்பிவந்தன. அதுமுதல் ஒல்லாந்தர் இந்தியா தேசத்துடனும் கிழக்கிந்தியத் தீவுகளுடனும் வாணிபம் செய்யத் தொடங்கினார்கள் இந்திய வியாபாரத்தை முதலில் தனிப்பட்ட முறையில் நடத்திவந்தனர். பின்னர் 1902ஆம் வருசம் மார்ச்சு மாதம் '2' ஆம் நாள் "கிழக்கிந்திய வர்த்தகச் சங்கம்" என்னும் பேரால் ஒரு சங்கத்தை ஏற்படுத்திக்கொண்டார்கள். இந்த ஒல்லாந்தர் பதினேழாம் நூற்றாண்டின் பிற்பகுதியில் பறங்கியரை இந்தியா, இலங்கை முதலிய இடங்களிலிருந்து துரத்திவிட்டு, அவர்களிருந்த இடங்களைத் தாங்கள் கைப்பற்றிக் கொண்டு வாணிபம் செய்து வந்தனர். இவர்களும் மதவெறிகொண்டு, யாழ்ப்பாணம் முதலிய இடங்களில் இந்துக் கோயில்களை இடித்தும், இந்துக்களைக் கட்டாயப்படுத்திக் கிறித்தவர்களாக்கியும், கிறித்தவர்களுக்கு மட்டும் அரசியல் அலுவல்களைக் கொடுத்தும் கொடுமை செய்தனர். முதலில் வாணிகர்களாக வந்த இவர்கள் பிறகு நாடுகளைப் பிடித்து அரசாள முற்பட்டார்கள். ஆனால், ஆங்கிலேயர் இவர்களை இந்தியாவிலும் இலங்கையிலுமிருந்து துரத்திவிட்டார்கள்.

இந்தியாவுடன் வாணிகம் செய்து செல்வந் திரட்ட விரும்பிய மற்றொரு தேசத்தார் ஆங்கிலேயராவர். இவர்களும் ஒல்லாந்தரைப் போலவே இந்தியாவுக்கு வடகிழக்குப் பாதையொன்றைக் கண்டு பிடிக்க முதலில் முயன்றனர். இவர்கள் சுமார் 50 ஆண்டுகளாக வடகிழக்குப் பாதையைக் கண்டுபிடிக்க முயற்சிசெய்தும் பயனடைய வில்லை. பிறகு 1578-ஆம் ஆண்டில், சர் பிரான்சிஸ் டிரேக்[13] என்னும் ஆங்கிலேயர், இந்தியாவிலிருந்து போர்ச்சுகல் தேசத்திற்குச் சென்றுகொண்டிருந்த ஒரு பறங்கிக் கப்பலைப் பிடித்துக் கொள்ளை யடித்தார். கொள்ளையிடுகையில், ஆப்பிரிக்காவின் நன்னம்பிக்கை முனையைச் சுற்றிக்கொண்டு இந்தியாவுக்குச் செல்லும் வழியைக் குறிப்பிடுகிற படம் ஒன்றைக் கண்டெடுத்தார். அதன்பிறகு 1594-இல் சர் ஜான் லங்காஸ்ட்[14] என்னும் ஆங்கிலேயர் நன்னம்பிக்கைமுனை வழியாக சாவா வரையில் யாத்திரை செய்து திரும்பிவந்தார். பின்னர் கி.பி.1600-ஆம் ஆண்டு டிசம்பர் மாதம் "ஆங்கிலேயக்

---

13   Sir Francis Drake.

14   Sir John Lancaster.

கிழக்கிந்தியக் கம்பெனி" என்னும் வர்த்தக சங்கம் நிறுவப்பட்டது. அது முதல் ஆங்கிலேயர் இந்தியாவுக்கு வந்து வாணிகம் செய்யத் தலைப்பட்டனர்.

நமது தேசத்தில் வாணிகம் செய்ய வந்த இன்னொரு ஐரோப்பிய இனத்தார் டேன்ஸ்[15] என்னும் டேனிஷ்காரரர். இவர்கள் டென்மார்க்கு தேசத்தைச் சேர்ந்தவர் 1620-இல் கிழக்கிந்திய வர்த்தக சங்கத்தை ஏற்படுத்திக்கொண்டு, நமது தேசத்தில் உள்ள தரங்கம்பாடி, பழவேற் காடு, சிராம்பூர் முதலிய இடங்களில் வாணிகம் செய்துவந்தனர். ஆனால், இவர்களின் வாணிகம் பலப்படவில்லை. பத்தொன்பதாம் நூற்றாண்டில், தரங்கம்பாடி முதலிய இடங்களை இவர்கள் ஆங்கிலே யருக்கு விற்றுவிட்டுப் போய்விட்டார்கள். இவர்களும் கிறித்தவ மதத்தைப் பரவச்செய்ய முயன்றுவந்தனர்.

இந்தியாவுடன் வாணிகம் செய்யக் கடைசியாக முயற்சி செய்தவர்கள் பிரெஞ்சுக்காரரர். "பிரெஞ்சுக் கிழக்கிந்திய வர்த்தகச் சங்கம்" 1664-இல் ஏற்படுத்தப்பட்டது. பிரெஞ்சுக்காரர் புதுச்சேரி முதலிய இடங்களில் வாணிகம் செய்துவந்தனர். டியுப்ளே என்பவர் புதுச்சேரிக்கு அலுவலாளராய் வந்தபோது இந்தியாவில் பிரெஞ்சு அரசாட்சியை நிலைநாட்ட முயற்சிசெய்தார். அவருடைய முயற்சி வெற்றியாகவே இருந்தது. ஆனால், பிரெஞ்சுக்காரரின் வெற்றியையும் செல்வாக்கையும் தடைப்படுத்தி, அவர்களை இந்தியாவிலிருந்து துரத்திவிட்டு, ஆங்கில அரசாட்சியை நிலைநாட்ட வேண்டும் என்னும் எண்ணத்துடன் ஆங்கிலேயக் கிழக்கிந்தியக் கம்பெனியார் முயற்சி செய்தார்கள். பிறகு இரு திறத்தாருக்கும் பல போர்கள் நிகழ்ந்தன. கடைசியாக, ஆங்கிலேயர் வெற்றி பெற்று ஆங்கில அரசாட்சியை நிலை நிறுவினர். இதற்கு அக்காலத்தில் இந்தியாவின் நிலைமை இடங்கொடுத்தது. பிறகு, இலங்கை முதலிய தேசங்களையும் பிடித்து அரசாளத் தொடங்கினார்கள். இவற்றையெல்லாம் விரிவாக எழுதுவது யாம் சொல்லப் புகுந்த கருத்துக்குப் புறம்பானதாகு மாதலால், மிகச் சுருக்கமாகக் கூறப்பட்டது.

வாணிகத்துக்காக வந்த ஐரோப்பியர்கள் இந்தியரைக் கிறித்தவ மதத்திற் சேர்க்கவும் முயற்சி செய்து வந்தார்கள். இந்துக் களைக் கிறித்தவராக்கும் பொருட்டு அனேக பாதிரிமார்களை ஐரோப்பிய தேசங்களிலிருந்து அழைத்து வந்தார்கள். நமது தேசத்துக்கு வந்த

15 Danes.

பாதிரிமார்கள் கிறித்தவ மதத்தைப் போதிக்க முற்பட்டபோது, அவர்களுக்கு இந்நாட்டு மொழிகள் தடையாக நின்றன. ஆகவே, அவர்கள் முதலில் இந்திய மொழிகளைக் கற்கவேண்டிய கட்டாயம் ஏற்பட்டது. தாங்கள் எந்த நாட்டாருக்கு மதபோதனை செய்யக் கருதினார்களோ அந்த நாட்டு மொழியைக் கற்றுத் தேர்ந்து, அதிற் பேசவும் சொற்பொழிவு செய்யவும் முயன்றார்கள். அந்த முறையில் தமிழ்நாட்டிற்கு வந்த பாதிரிமார்கள் தமிழ்மொழியைக் கற்றுத் தேர்ந்து தமிழிற் பேசவும், சொற்பொழிவு நிகழ்த்தவும், நூல் இயற்றவும் தொடங்கினார்கள். இவ்வாறு தமிழ்மொழிக்கும் ஐரோப் பியப் பாதிரிமாருக்கும் ஏற்பட்ட தொடர்பினால், தமிழிற் சில மாறுதல்கள் அல்லது முன்னேற்றங்கள் ஏற்பட்டன. அவற்றை ஆராய்வதுதான் இப்புத்தகத்தின் நோக்கமாகும்.

தமிழ்மொழிக்கு ஏற்பட்ட மாறுதல் அல்லது வளர்ச்சி அனைத்தும் பாதிரிமார்களால் உண்டானவையே. இல்லறத்தாராகிய ஐரோப்பிய உத்தியோகத்தர்களால் தமிழுக்கு யாதொன்றும் ஏற்பட்டதாகத் தெரியவில்லை. நமது நாட்டில் 19-ஆம் நூற்றாண்டில் இருந்த ஆங்கிலேய அலுவலாளர் தங்கள் அலுவல் முறைக்கு உதவியாக இருப்பதற்காகவும், நமது நாட்டுக் கலையின் போக்கை அறிவதற் காகவும், 'சென்னைக் கல்விச் சங்கம்'[16] என்னும் ஒரு சங்கம் ஏற்படுத்திக் கொண்டு, அதன் மூலமாகத் தமிழைக் கற்று வந்தார்கள். இச்சங்கத்தினால் தமிழ்மொழிக்குச் சிறப்பாக யாதொரு வளர்ச்சியும் உண்டானதாகச் சொல்ல முடியாது. கிறித்தவர்களால் தமிழுக்கு ஏற்பட்ட அபிவிருத்தி எல்லாம் பாதிரிமாரைச் சேர்ந்ததே. பாதிரிமாரும் தமிழுக்காகச் செய்யவேண்டும் என்னும் கருத்துடன் செய்யவில்லை. தங்கள் மதத்தைப் பரப்புவதற்காகச் செய்த முயற்சியின் பயனே தமிழிற்குச் சில நன்மைகளை அளித்தது. எவ்வாறாயினும், அந்த நன்மைகள் ஐரோப்பியப் பாதிரிமார்களால் உண்டானவையே. அவற்றை இனி ஆராய்வோம்.

---

16 The Madras College.

2. உரைநடை நூல் வரன்முறை

ஐரோப்பியர் வருவதற்கு முன்னே தமிழ்மொழியில் தனி உரை நடை நூல் இருந்ததில்லை. இலக்கணம், இலக்கியம், நிகண்டு, சோதிடம், மருத்துவம் முதலிய எல்லா நூல்களும் செய்யுளிலே இயற்றப்பட்டு வந்தன. இவற்றுக்கு உரையாசிரியர்கள் இயற்றிய உரைகளைத் தவிர தனிப்பட்ட உரைநடை நூல் ஒன்றேனும் இருந்த தில்லை. ஆனால், பண்டைக் காலத்தில் உரைநடையும் செய்யுளுமாகக் கலந்து நூல்கள் இயற்றப்பட்டன என்பதை,

> *"தொன்மை தானே,*
> *உரையொடு புணர்ந்த பழைமை மேற்றே"*

என்னும் தொல்காப்பியச் செய்யுளில் 238-ஆவது சூத்திரத்தால் அறியலாம். அவற்றை "உரையிடை யிட்ட பாட்டுடைச் செய்யுள்" என்பர். பெருந்தேவனார் பாரதமும், தகடூர்யாத்திரையும் உரையிடை யிட்ட பாட்டுடைச் செய்யுளுக்கு உதாரணங்களாகும். ஆனால், அவ்விரு நூல்களும் இறந்துபட்டன. இப்போது, உரைநடையும் செய்யுளுமாகக் கலந்து இயற்றப்பட்ட நூலுக்கு எடுத்துக் காட்டப் படுவது சிலப்பதிகாரம் ஒன்றே. சிலப்பதிகாரம் உரையிடையிட்ட பாட்டுடைச் செய்யுள் என்பதை,

> *"உரையிடை யிட்ட பாட்டுடைச் செய்யுள்*
> *உரைகா லடிகள் அருள மதுரைக்*
> *கூல வாணிகன் சாத்தன் கேட்டனன்"*

என்னும் சிலப்பதிகாரப் பதிகச் செய்யுளடிகளால் அறியலாம். சிலப்பதிகாரம் உரையிடை யிட்ட பாட்டுடைச் செய்யுள் என்று கூறப்பட்ட போதிலும், அந்நூலில் மிகச் சிறு பகுதி மட்டும்தான் (உரைபெறு கட்டுரையும் வாழ்த்துக் காதையின் உரைப்பாட்டு மடையும்) உரைநடை; மற்றப் பெரும் பகுதிகள் பாட்டே. எனவே, உரையும் பாட்டுமாகக் கலந்து செய்யப்பட்டதாகக் கூறப்படுகிற சிலப்பதிகாரத்தில், அரைக்காற் பகுதிகூட உரைநடை அமைந்திருக்க வில்லை. இறந்துபட்ட பெருந்தேவனார் பாரதமும், தகடூர் யாத்திரையும் போக, வழக்காற்றில் உள்ள சிலப்பதிகாரம் ஒன்றினைத்

தவிர்த்து, "உரையிடை யிட்ட பாட்டுடைச் செய்யுள்" நூல் தமிழில் வேறொன்றும் இல்லை. எனவே, தனி உரைநடை நூல்கள் பண்டைக் காலத்தில் இயற்றப்படவில்லை என்பது வெள்ளிடை மலைபோல் விளங்குகிறது.

தமிழ்த் தொல்லாசிரியர்கள் பாட்டையே பெரிதும் போற்றிச் செய்யுள் நடையிலேயே எல்லா நூல்களையும் இயற்றிவைத்தனர் என்பது உண்மை. இதனால், பண்டை ஆசிரியர்களுக்கு உரைநடை எழுதத் தெரியாது என்று நினைக்கக் கூடாது. அவர்கள் சிறந்த உரைநடையில் நூல் இயற்றும் ஆற்றல் வாய்ந்தவர் என்பதிற் சற்றும் ஐயமில்லை. இறையனார் அகப்பொருளின் உரைப்பாயிரம் ஒன்றே, அவர்கள் உரைநடை எழுதுவதில் தலைசிறந்தவர் என்ப தற்குச் சான்று பகரும். இறையனார் அகப்பொருளின் உரைப் பாயிர உரைநடையின் அழகையும் இனிமையையும் படித்து இன்புறாத தமிழர் உண்டோ? அத்தகைய தீஞ்சுவை சொட்டும் உரைநடையினை இயற்றியருளிய பண்டைத் தமிழர், தனி உரை நடை நூல்களை இயற்ற நினைத்திருப்பாரானால், எண்ணற்ற நூல்களை எழுதியிருக்கக் கூடுமன்றோ? தனி உரைநடை நூல்கள் இயற்றுவது அக்காலத்தில் வழக்கமில்லாதபடியால், அவர்கள் உரை நடை நூல்களை இயற்றாமல், எல்லா நூல்களையும் செய்யுளிலே செய்து வைத்தனர். (ஸ்ரீபுராணம் முதலான, சமண சமயத்தவரால் இயற்றப்பட்ட சில உரைநடை நூல்கள் உள. அவை தமிழ் என்றும் சொல்லக் கூடாமல் சமக்கிருதம் என்றும் சொல்லக்கூடாமல் மணிப் பிரவாள நடையாக இருப்பதால், அவற்றைத் தமிழ் உரைநடை நூல்கள் என்று யாம் கொள்ளவில்லை.) இங்ஙனம் பண்டைத் தமிழர் செய்யுள் நடையில் மட்டும் நூல் இயற்றி, உரைநடையில் நூல் இயற்றுவதை ஏன் புறக்கணித்தனர்? உரைநடை எழுத நன்கறிந் திருந்தும், பண்டைக் காலத்தில் உரைநடை நூல் எழுதும் வழக்கம் ஏற்படாத காரணம் என்ன? அவற்றை ஆராய்வோம்.

இக்காலத்தில் வருத்தமின்றி எழுதுவதற்கேற்ற கருவிகளும் பொருள்களும் ஏராளமாக அமைந்திருக்கின்றன. காகிதம், பேனா, பென்சில் முதலிய கருவிகள் எழுதுவோருக்கு யாதொரு வருத்த மின்றி உதவியாய் நிற்கின்றன. ஆனால், பண்டைக்காலத்தில் எழுது கருவிகள் இவ்வளவு துணையாய் அமைந்திருக்கவில்லை.

பனையேடுகளும், இருப்பெழுத்தாணியுந் தவிர, வேறு எழுது கருவிகள் அக்காலத்தில் இருந்ததில்லை. பனையேடுகளில் எழுத்

தாணியால் எழுதுவது, காகிதத்திற் பேனாவினால் எழுதுவது போல் எளிதான காரியமன்று; மிகக் கடினமான காரியம். ஆகையால், பண்டைத்தமிழர் எழுத்து வேலையை எவ்வளவு குறைக்க வேண்டுமோ அவ்வளவும் குறைக்க வேண்டியவர்களாயிருந்தார்கள். ஆகவே, 'சுருங்கச் சொல்லல்' என்னும் முறையைக் கைக்கொள்ள வேண்டியிருந்தது. உரைநடையில் நூல் இயற்றுவது எழுத்து வேலையைக் குறைப்பதாகாது; நேர்மாறாக அவ்வேலையை மிகுதிப் படுத்துவதாகும். அதனால் தான் சுருக்கமாகச் சொல்லுவதற்கேற்ற செய்யுள்நடையை நம் பண்டையோர் மேற்கொண்டார்கள் போலும். இன்னொரு காரணமும் உண்டு. அஃதென்னவென்றால், அக்காலத்தில் அச்சுப்பொறியும் அதன் பயனாகிய அச்சுப்புத்தகமும் இல்லாத படியால், நூல்களைக் கற்கும் மாணவர்தாம் கற்கும் எல்லா நூல் களையும் மனப்பாடஞ் செய்யவேண்டியிருந்ததோடு, நூல்களைப் பாடஞ் சொல்லும் ஆசிரியர்களும் தாம் போதிக்கும் நூல்களை மனப்பாடஞ் செய்திருக்க வேண்டிய அவசியம் ஏற்பட்டிருந்தது. மனப்பாடம் பண்ணுவதற்கு உரைநடை ஏற்றதன்று; செய்யுள் நடைதான் சிறந்தது. இக்காரணத்தினாலும், பண்டைத் தமிழர் நூல் இயற்றுவதற்குச் செய்யுள் நடையை மேற்கொண்டு, உரை நடையைக் கைவிட்டனர் என்று நினைக்க இடமுண்டாகிறது.

இக்காலத்துள்ளது போல அக்காலத்தில் எளிதாக எழுதுவதற் கேற்ற எழுதுகருவிகளும் பொருள்களும் இல்லாத படியினாலே, எழுத்து வேலையைச் சுருக்கிக்கொள்வதற்காகப் பண்டையாசிரியர் செய்யுள் நடையை மேற்கொண்டனர் என்று சொன்னோம். இக் காரணம் பற்றியே உரையாசிரியர்கூட சில இடங்களில், "இதனை வல்லார்வாய்க் கேட்டுணர்க" என்று எழுதிப் போந்தனர் என்று நினைக்கிறோம். குறிப்புரை, அரும்பதவுரை போன்ற சுருக்கமான உரைகளைப் பண்டையோர் எழுதத் துணிந்ததற்குக் காரணமும் எழுதுகருவி துணைப்பொருள்கள் இல்லாக் குறையென்றே தோன்று கிறது. தமிழன்னையின் முடிமணியாக விளங்கும் சிலப்பதிகாரத் திற்கு உரையெழுதிய ஆசிரியர் அடியார்க்குநல்லார், மேற்படி நூற்பதிகத்தின் முதல் இரண்டடிகளுக்கு மட்டும் மிக விரிவான உரை எழுதிய பின்னர், "இனிப் பதிகச் செய்யுளுள், முதலீரடியும் போல யாண்டும் விரியாதது உரைபெருகுமென்பதைக் கருதி எனக் கொள்க," என எழுதி, மற்ற அடிகளுக்கு உரையைச் சுருக்கிக் கொண்டதும் இங்கு நோக்கத் தக்கது. உரை எழுதுவதற்கென்றே முற்பட்டவர், பின் உரை பெருகுமென்று கருதிச் சுருக்கிக்கொண்டது,

சுலபமாக எழுதுவதற்கு ஏற்ற கருவிகள் அக்காலத்து இல்லாமையா லென்க. இக்காலத்துள்ளது போன்ற வசதியான எழுதுகருவிகள் அக்காலத்தில் இருந்திருந்தால் இவ்வாறு உரையைச் சுருக்கிக் கொண்டிருக்க மாட்டாரன்றோ? ஆகவே, பண்டைத்தமிழர் உரை நடை நூல் இயற்றாதது அக் காலத்தில் வசதியான எழுது கருவிகளும் அச்சு யந்திரமும் இல்லாத காரணம் பற்றியே என்பது விளங்குகிறது.

பண்டை நாளில் தமிழ்மொழியில் உரைநடை நூல்கள் இருந் திருக்குமானால், தமிழ்நாடு பல துறைகளிலும் இன்னும் முன்னேற்ற மடைந்திருக்கும், ஏனென்றால், ஒரு நாடு முன்னேற்றமடைய வேண்டுமானால், அந்நாட்டில் உரைநடை நூல்கள் உண்டாக வேண்டும். மேல்நாடுகளில் நெடு நாட்களுக்கு முன்பே உரை நடை நூல்கள் ஏற்பட்டிருந்தபடியால், அந்நாட்டு மக்கள் பல செய்திகளையும் எளிதில் உணர்ந்து, விரைவில் முன்னேற்றமடைய முடிந்தது. இக்கருத்தையே நீதிபதியும் சிறந்த தமிழ்க் கவியுமா யிருந்த மாயூரம் வேதநாயகம் பிள்ளையவர்கள்,

"வசன காவியங்களால் மக்கள் திருந்த வேண்டுமேயல்லாது செய்யுட்களைப் படித்துத் திருந்துவது அசாத்தியம் அன்றோ? ஐரோப்பிய மொழிகளில் வசன காவியங்கள் இல்லாமலிருக்கு மானால், அந்தத் தேசங்கள் நாகரிகமும் நற்பாங்கும் அடைந்திருக்கக் கூடுமா? அப்படியே நம்முடைய தாய்மொழியில் வசன காவியங்கள் இல்லாமலிருக்கிற வரையில், இந்தத் தேசம் சரியான சீர்திருத்தம் அடையாதென்பது நிச்சயம்" என்று தாம் எழுதிய 'பிரதாப முதலி யார்' சரித்திரத்தில் எழுதியிருக்கிறார். சென்ற நூற்றாண்டில் பெரும் புலவராய் விளங்கிய திருத்தணிகை விசாகப் பெருமாளையர் என்னும் வீரசைவர் தாம் எழுதிய 'பால போத இலக்கணம்' என்னும் நூலின் பாயிரத்தில், உரைநடை நூல்களின் இன்றியமை யாமையைப் பற்றிக் கீழ்வருமாறு எழுதுகிறார்:

"இலக்கண இலக்கிய கணித பூகோள ககோளாதி நூல்களை யெல்லாம், இக்காலத்து இத்தேசத்தை யாளுகின்ற இங்கிலீஷ்காரர் களும், அவர்கள் வசிக்கும் கண்டத்திலுள்ள ஏனையோர்களும், செய்யுளில் இயற்றிக் கற்பிப்பதை விட்டு, வசனங்களிலே தெளிவுற இயற்றிச் சிறுவர்க்குக் கற்பித்துக்கொண்டு வருகின்றனர். அதனால், அக் கண்டத்தில் வாழும் சிறுவர்கள் சில நாட்களிலே பல நூல்களைக் கற்றுப் பல விஷயங்களையும் உணர்ந்து பல தொழில்களையும் இயற்றும் திறமுடையராகின்றனர்.

“இத்தேசத்தார் அந்நூல்களையெல்லாம் செய்யுளிலே செய்து அவற்றிற்குத் திரிசொற்களால் உரையியற்றிச் சிறுவர்க்குக் கற்பித்து வருகின்றனர். இவ்வாறு செய்யுளில் இயற்றப்பட்ட நூல்கள், நிகண்டு முதலிய கருவி நூல்களைக் கற்றலன்றிக் கற்கப்படாவாம். ஆகவே, அவற்றுள் ஒரு நூலைக் கற்பதற்கு நெடு நாள் செல்லுகின்றது. செல்லவே, பல நூல்களைக் கற்றுணர்ந்து எத்தொழில்களையுஞ் செய்யத்தக்கவர்களாவது அரிதாம்.

“இதனால் இந்நாட்டுச் சிறுவர்கள் தங்கள் வாழ்நாட்கள் வீழ் நாட் படாமற் சில நாட்களில் அப் பல நூல்களையும் கற்றறிந்து எத்தொழில்களையும் செய்யத்தக்க வல்லமை அடைவதற்கு, அந் நூல்களையெல்லாம் உலகவழக்கியற் சொற்களால் உரை வசனமாகத் தெரிவுறச் செய்து கல்விச்சாலைகளிலே உபயோகமுறும் படி செய்தல் நன்று...”

மேலே காட்டிய மேற்கோள்களினால், நாடு நாகரிகம் பெற்று நலமடைவதற்கு உரைநடை நூல்களே பேருதவியாயிருக்கின்றன என்பதும், மேலைத்தேசங்கள் நாகரிகமும் செல்வமும் பெற்றுத் திகழ்வதற்கு அந்நாடுகளில் வசன நூல்கள் வழக்காற்றிலிருந்து வந்ததும் ஒரு காரணம் என்பதும் தெளிவாகின்றன. இதனால், உரைநடை நூல்களின் பயன் நன்கு தெளிவாகிறது, இனி, தமிழ் மொழியில் உரைநடை நூல் உண்டான வரலாற்றினை ஆராய்வோம்.

எத்தொழிலும் பழக்கத்தினாற் சிறப்படைகிறது. இக்கருத்துப் பற்றியே, “சித்திரமும் கைப்பழக்கம் செந்தமிழும் நாப்பழக்கம்” என்னும் ஆன்றோர் மொழி எழுந்தது. இப்பழமொழி உரை நடைக்கும் பொருந்தியதே. பல்லாண்டு பல்லாண்டுகளாகத் தமிழர் உரைநடை நூல் எழுதாமலே இருந்துவிட்டபடியால், காலப்போக்கில் உரைநடைஎழுதும் ஆற்றலை இழந்துவிட்டனர். தமிழரின் இக் குறைபாட்டினைப் பற்றி ஐரோப்பியர் சிலர் குறிப்பிட்டிருக் கிறார்கள். “தமிழில் உரைநடை எழுதும் பழக்கம் இன்னும் துவக்க நிலையில் இருக்கிறது. விரைவாகவும் சரமாரியாகவும் தமிழிற் கவிபாடக்கூடிய புலவர்கள் உரைநடையிற் சில சொற்றொடர்கள் எழுதத் தெரியாமலிருக்கின்றனர்” என்னும் கருத்துப்பட உவின்ஸ்லோ தமிழ்-இங்கிலீஷ் அகராதியின் முகவுரையில் எழுதப்பட்டிருக்கிறது. “மருத்துவம், கணிதம், இலக்கணம், நிகண்டு முதலிய எல்லா நூல் களும் (அவற்றின் உரைகளைத் தவிர) செய்யுளிலே இயற்றப்பட்டிருக் கின்றன. உரை நடையில் நூல் இயற்றும் வழக்கம் ஐரோப்பியரின்

தொடர்பால் ஏற்பட்டதாகும்" என்று தமிழைப்பற்றி மர்டாக் துரை எழுதியிருக்கிறார். இவை உண்மையே, தமிழில் மட்டுமன்று; எல்லா இந்திய மொழிகளிலும் உரைநடை வளர்ச்சியடைந்தது. ஐரோப்பியரின் தொடர்புண்டான பிறகுதான் என்பதிற் சற்றேனும் ஐயமில்லை.

தமிழில் தனி உரைநடை நூல் ஐரோப்பியரால் முதல் முதல் உண்டாக்கப்பட்டது என்பது மறுக்க முடியாத உண்மை. எப்போது யாரால், என்ன உரைநடை நூல் முதல் முதல் உண்டாக்கப்பட்டது என்பதை இங்கு ஆராய்வோம். பதினெட்டாம் நூற்றாண்டின் முதற் பகுதியில், தமிழ்நாட்டில் வந்து வாழ்ந்திருந்த இத்தாலி தேசத்தவரான பெஸ்கி என்னும் வீரமாமுனிவர் தாம் தமிழில் முதன்முதல் உரை நடைநூல் இயற்றினவர் என்பது பெரும்பான்மையோர் கருத்து. பெரும்பான்மையோர் கருத்து என்றாலும், இது தவறான முடிபாகும். வீரமாமுனிவருக்கு முன்னரே, பதினேழாம் நூற்றாண்டில், தமிழ் நாட்டில் வந்து வாழ்ந்திருந்த இத்தாலிய தேசத்தவரான இராபர்ட் நொபிலி என்னும் தத்துவபோதக சுவாமி பல உரைநடை நூல்களைத் தமிழில் இயற்றியிருக்கிறார். வீரமாமுனிவரைப்பற்றித் தெரிந்திருப்பது போல, தத்துவபோதக சுவாமியைப் பற்றிப் பலருக்குத் தெரியாது. வீரமாமுனிவருக்கு முன்னரே இவர் தமிழ் உரைநடை நூல்கள் இயற்றியிருக்கிறார். என்றாலும், இவரைத் "தமிழ் உரைநூலின் தந்தை" என்று சொல்வதற்கில்லை. ஏனென்றால், இவருக்கும் முன்னரே, பதினாறாம் நூற்றாண்டில் தமிழ் உரைநடை நூல்கள் உண்டாயிருந்தன என்பதற்குச் சான்றுகள் உள்ளன. கி.பி.1577ஆம் ஆண்டில்தான் தமிழில் முதன் முதல் உரைநடை நூல் உண்டானதாகத் தெரிகிறது. இந்த நூலுக்குக் "கிறித்தவ வேதோபதேசம்"[1] என்பது பெயர். ஏசுவின் சபைப் பாதிரிமாரால் எழுதி அச்சிடப்பட்ட இந்த முதல் உரைநடை நூல் இப்போது இந்தியாவில் இல்லை என்று தெரிகிறது. ஒருவேளை ஐரோப்பாக் கண்டத்தில் உள்ள புத்தகசாலைகளிற் கிடைக்கக்கூடும். இந்த நூலை யார் இயற்றினார் என்பது தெரியவில்லை. சவேரியார் என்னும் செய்ன்ட் ஸேவியர் எழுதினார் என்று சிலர் சொல்லுகிறார்கள். இது தவறு. ஏனென்றால், சவேரியாருக்குத் தமிழ் எழுதப் படிக்கத் தெரியாது. ஆகையால், இந்த முதல் தமிழ் உரைநடை நூலை அவர் இயற்றியிருக்க முடியாது. இந்த நூல் அச்சிட்ட பிறகு, 1579-இல் "கிறித்தவ வணக்கம்"[2] என்னும் நூல் அச்சிடப்பட்டது. இந்த உரை

---

1 Flos Sanctorum.

2 Doctrina Christiana.

நடை நூலை எழுதியவர் ஆன்றிக்[3] என்னும் ஏசுவின் சபையைச் சேர்ந்த பாதிரியார் என்று தெரிகிறதேயன்றி, அவரைப் பற்றிய வேறு வரலாறு ஒன்றும் தெரியவில்லை. இந்த நூலும் நமது தேசத்தில் இப்போது கிடைக்கவில்லை. பாரிஸ் நகரப் புத்தக சாலையில் இந்தப் புத்தகத்தின் பிரதியொன்று இருப்பதாக உறுதியாகத் தெரிகிறது.

19-ஆம் நூற்றாண்டில், மேற்சொன்ன இரண்டு நூல்களைத் தவிர, ஏசுவின் சபையைச் சேர்ந்த ஐரோப்பியப் பாதிரிமார் தமிழ் கற்பதற்காகச் சில நூல்கள் அச்சிடப்பட்டனவாகத் தெரிகின்றன. ஆனால், அந்நூல்களைப் பற்றி ஒன்றும் தெரியவில்லை. தமிழில் முதல் உரைநடை நூல் உண்டானது 1577-இல் என்பது மட்டும் உறுதியாகத் தெரிகிறது.

16-ஆம் நூற்றாண்டிற்குப் பிறகு, மேலே சொல்லியபடி 17-ஆம் நூற்றாண்டில், ராபட் நொபிலி என்னும் தத்துவ போதக சுவாமி சில உரைநடை நூல்களை எழுதினார். இந்த நூற்றாண்டில் இவரைத் தவிர, அருளானந்தர் என்னும் பெயருள்ள ஜான்-டி-பிரிட்டோ பாதிரியார் சில உரைநடை நூல்களைத் தமிழில் எழுதியிருப்பதாகத் தெரிகிறது. ஆனால், அருளானந்தசுவாமி எழுதிய நூல்கள் எமக்கு இதுவரை கிடைக்கவில்லை. தத்துவ போதக சுவாமி இயற்றிய நூல்களைப் பற்றி மற்றோரிடத்தில் அவர் வரலாற்றிற் கூறியுள்ளோம்.

அதன் பிறகு,18-ஆம் நூற்றாண்டில், பெஸ்கி என்னும் வீரமா முனிவர் சில உரைநடை நூல்களை இயற்றியிருக்கிறார். இவர் காலத்திலே, தஞ்சைக்கடுத்த தரங்கம்பாடியில் வாழ்ந்திருந்த சீகன் பால்கு முதலான செர்மனி தேசத்துப் பாதிரிமார்களும் சில உரை நடை நூல்களை இயற்றியிருக்கின்றனர். இதே நூற்றாண்டில் தான் திருவாவடுதுறை ஆதீனத்தைச் சேர்ந்த மாதவச் சிவஞான சுவாமியும் சில உரைநடை நூல்களை இயற்றினார். சிவஞான சுவாமியின் உரைநடை வீரமாமுனிவரின் உரைநடையைப் போன்று மிகச் சிறந்து விளங்குகிறது. செர்மனி தேசத்தவரான சீகன் பால்கு ஐயர் எழுதிய உரைநடை பொதுமக்களுக்கு ஏற்ற கொச்சைத் தமிழ்நடையில் அமைந்தது. வீரமாமுனிவர், சீகன்பால்கு ஐயர் இவர்களின் வர லாற்றினை மற்றோர் இடத்திற் காண்க.

தமிழ் உரைநடை நூல் முதல்முதல் தோன்றியது 16-ஆம் நூற்றாண்டில் என்றாலும், அது வேரூன்றி நிலைபெற்று வளரத்

---

3 Anriquez

தொடங்கியது சென்ற 19-ஆம் நூற்றாண்டிலேதான். 17, 18-ஆம் நூற்றாண்டுகளில் தமிழ் உரைநடை நூல்கள் அதிகமாக ஏற்படவில்லை. 1577-இல் முதல் உரைநடை நூல் உண்டானதற்குப் பிறகு, இருநூறு ஆண்டுகள் வரையிலும், தமிழ் உரைநடை வளர்ச்சி பெறாமலே குன்றியிருந்தது. சென்ற 19-ஆம் நூற்றாண்டிலே தான் தமிழ் உரைநடை நூல்கள் ஏராளமாக வெளிப்படத் தொடங்கின. இது வியப்புத்தான். இருநூறு ஆண்டுகளாக உரைநடை வளர்ச்சி தடைப்பட்டிருந்து, பிறகு திடீரென்று வளரத் தொடங்கியதென்றால், தடைப்பட்டிருந்ததற்கும், பிறகு திடீரென்று வளர்ந்ததற்கும் காரணமிருக்கவேண்டுமன்றோ? அக்காரணந்தான் யாது? காரணம் அரசியற் குழப்பங்களே. 16-ஆம் நூற்றாண்டு முதல் 19-ஆம் நூற்றாண்டு வரையில், நமது நாட்டு வரலாற்றைப் புரட்டிப் பார்த்தால் இது நன்கு விளங்கும், பண்டைய தமிழ் மன்னரும் சிற்றரசரும் அரசாட்சி இழந்து, புதியபுதிய அரசர்களும் தலைவர்களும் இந் நாட்டில் தோன்றினர். பிறகு அவரும் அழிந்தொழிந்து, குறுநில மன்னர்களும் பாளையக்காரர்களும் அரசாண்டனர். இவர்கள் காலத்தில் வலியவன் மெலியவனை அடித்துப் பிடுங்குவது என்கிற முறை நாடெங்கும் நடைபெற்று வந்தது. பிரெஞ்சு, இங்கிலிஷ் கம்பெனிக்கார சண்டைகளும், கர்நாடக நவாப்புகளின் போர்களும், பாளையக்காரரின் தொல்லைகளும், மராட்டியரின் படையெடுப்பும், ஐதராலி திப்பு சுல்தான் கலகங்களும் ஆகிய அரசியற்குழப்பங்கள் ஏற்பட்டு, நாட்டுமக்களைப் படாதபாடு படுத்திவிட்டன. நிலை பெற்ற அரசாட்சியும், உயிருக்கும் பொருளுக்கும் பாதுகாப்பும் இல்லாமையாலும், மேற்சொன்ன குழப்பங்களின் காரணத்தாலும், மக்கள் கல்வியிற் கருத்துச் செலுத்தினார்களில்லை. ஆனாலும், காரிருட்டில் மின்மினி தோன்றுவது போல், இந்தக் குழப்பக் காலத்திலும் சமயத் தொண்டாற்றி வந்த கிறித்துவப் பாதிரிகளும், சைவ மடாதிபதிகளுமே ஒருவாறு கல்வியிற் கருத்தைச் செலுத்த முடிந்தது. இச்சிறுபான்மை யோராகிய சமய ஊழியர்களிலும் ஒரு சிலர் தாம் உரைநடைநூல் இயற்ற முன்வந்தனர். விரல்விட் டெண்ணக் கூடியபடி மேலே குறிப்பிட்ட நாலைந்து உரைநடை நூலாசிரியர்களைத் தவிர, வேறு ஆசிரியர்கள் 19-ஆம் நூற்றாண்டு வரை ஏற்படவில்லை.

19-ஆம் நூற்றாண்டின் தொடக்கத்தில் அரசியற் குழப்பங்களும் சண்டைகளும் ஒழிந்து, ஆங்கில அரசாங்கம் நிலைபெற்று, உயிருக்கும் பொருளுக்கும் பாதுகாப்பும், தேசத்தில் அமைதியும், ஒழுங்கும்

ஏற்பட்டபோது, இயற்கையாகவே மக்கள் கல்வியில் கருத்தைச் செலுத்தினார்கள். உரைநடை நூல்களின் இன்றியமையாமையை உணர்ந்து, உரைநடை நூல்களை இயற்றத் தொடங்கினார்கள். அன்றியும், இந்நூற்றாண்டில் தான் பாதிரிமார்களாலும் அரசாங்கத் தாராலும் தேசமெங்கும் பாடசாலைகள் நிறுவப்பட்டன. நாட்டவர் களால் நடத்தப்பட்ட பாடசாலைகளுக்கு அரசாங்கத்தார் பொருளுதவி செய்து ஊக்கப்படுத்தினர். இவ்வாறு ஆங்காங்கே பாடசாலைகள் ஏற்பட்டபடியாலும், இப்பாடசாலைகளில் ஐரோப்பிய முறைப்படி இலக்கியம், பூகோளம், சரித்திரம் முதலிய எல்லாப் பாடங்களையும் உரைநடைப் பாடமாகக் கற்பிக்கத் தொடங்கிய படியாலும், தமிழ் உரைநடை நூல்கள் ஏராளமாக எழுதப்பட்டன. இஃதன்றியும், இந்த நூற்றாண்டிலேதான் அச்சுப் பொறிகள் நாடு முழுதும் ஆங் காங்கே நிறுவப்பட்டன. அரசாங்க அலுவல்களில் அமர்ந்திருந்த ஐரோப்பிய உயர்தர அலுவலாளர்களும், சமயத் தொண்டாற்றிவந்த ஐரோப்பிய பாதிரிமாரும் தமிழ்மொழியைக் கற்கவேண்டிய கட் டாயம் அக்காலத்தில் ஏற்பட்டிருந்தபடியால், அவர்கள் எளிதாகத் தமிழைக் கற்கும் பொருட்டு உரைநடை நூல்கள் எழுதப்பட்டு அச்சிடப்பட்டன. "மிஷன்" என்னும் கிறித்துவச் சங்கங்கள் ஆங் காங்கே நிறுவப்பட்டு, அச்சங்கங்களின் வழியாக மதச் சார்பான உரைநடை நூல்கள் ஏராளமாக அச்சிடப்பட்டுக் குறைந்த விலைக்குக் கொடுக்கப்பட்டன. அன்றியும், அச்சங்கங்கள் உரைநடையில் எழுதப்பட்ட துண்டு வெளியீடுகளை அச்சிட்டு விலையின்றி மக்களுக்கு வழங்கிவந்தன. இதன் வாயிலாகவும் உரைநடை நூல்கள் தமிழ்நாட்டிற் பரவ வழியுண்டாயிற்று. பாதிரி மார்கள் செய்துவரும் இத்தகைய சமய ஊழியத்தைக் கண்டு, இதுகாறும் இக்காரியத்தில் உறங்கிக்கிடந்த இந்துக்கள் விழிப்படைந்து, இந்து மதச்சார்பான நூல்களையும் புராண இதிகாசங்களையும் உரை நடை நூல்களாக எழுதி வெளியிடத் தொடங்கினார்கள். அன்றியும், இந்த நூற்றாண்டில், கிறித்துவ மதத்தாருக்கும், இந்து மதத் தாருக்கும், சைவருக்கும் வைணவருக்கும், மதச்சார்பான வழக்கு எதிர்வழக்குகள் ஏற்பட்டபடியால், அவரவர்கள் தத்தம் மதத்தைப் புகழ்ந்தும் அயலார் மதத்தைக் குறை கூறியும், உரைநடைப் புத்தகங் களையும், துண்டு வெளியீடுகளையும் எழுதி அச்சிட்டு வழங்கி வந்தனர்.

இவை ஒருபுறமிருக்க, 19-ஆம் நூற்றாண்டில் கல்வி வளர்ச்சியை முன்னிட்டுச் சில சங்கங்கள் தோன்றி, தமிழ் உடைநடை நூல்களை

வெளியிட உதவிபுரிந்தன. ‘சென்னைக் கல்விச் சங்கம்’[4] என்னும் ஒரு சபை ஏற்பட்டு, பாடப் புத்தகங்களையும் மற்றும் சில உரை நடைப் புத்தகங்களையும் எழுதி வெளியிட்டது. ‘சென்னைப் பாடசாலைப் புத்தகச் சங்கம்’[5] என்னும் சங்கம் 1850-இல் ஏற் பட்டுப் பல உரைநடை நூல்களை எழுதி வெளியிட்டு உதவிற்று. இந்தச் சபையோர் நல்ல உரைநடை நூல் எழுதுவோருக்குப் பொருள் உதவிசெய்து, பரிசளித்து வந்தனர். ‘இராபின்சன் குரூசோ’, ‘இந்திய சரித்திரம்’, ‘உலக சரித்திரம்’ முதலிய சிறந்த மொழி பெயர்ப்பு நூல்கள் இச்சங்கத்தார் அளித்த பரிசு காரணமாக வெளி வந்தவை. அக்காலத்தில் வெளிவந்த சிறந்த உரைநடை நூல்கள் மீண்டும்மீண்டும் அச்சிடப்படாமையால் இப்போது மறைந்து விட்டன. சென்ற நூற்றாண்டில் அரசாண்ட கிழக்கிந்திய அரசாங் கத்தார், ‘நன்னூல்’ இலக்கணத்தை உரைநடையாக எழுதுவோருக்கு வெகுமதியளிப்பதாக விளம்பரம் செய்தார்கள். அதன் பயனாகத் தான் தமிழில் உரைநடை இலக்கணங்கள் தோன்றின. இவை யன்றியும் சென்ற நூற்றாண்டில்தான் செய்தித் தாள்களும்[6] மாத வார வெளியீடுகளும் தமிழ்நாட்டில் தோன்றி உலாவத் தொடங்கின. இவ்வாறு பற்பல வழிகளில் தமிழ் உரைநடை இலக்கியங்கள் சென்ற 19-ஆம் நூற்றாண்டில் தமிழ்நாட்டில் வேரூன்றிச் செழித்தோங்கி வளரத் தொடங்கின.

---

4 Madras College.

5 The Madras School Book Society.

6 News Papers

3. அச்சுப் புத்தக வரலாறு

இன்றைய உலகம் முன்னேற்றமடைந்து, நாகரிகம் பெற்றுச் சிறந்து விளங்குவதற்குக் காரணமாயிருப்பவைகளுள் அச்சுப் புத்தகமும் ஒன்றாகும். காகிதமும் அச்சுப் பொறியும் ஏற்பட்டு, அச்சுப் புத்தகம் உண்டான பிறகுதான், கல்வி என்னும் அறிவுஒளி நாடெங்கும் பரவ வழியுண்டாயிற்று. அச்சுப் புத்தகம் வருவதற்கு முன்னே பனை ஏடு, பதனிட்ட தோல் முதலிய பொருள்களில் மக்கள் நூல்களை எழுதி வந்தனர். ஓலை முதலியவற்றிற் புத்தகம் எழுதுவது கடினமான காரியம். ஒரு புத்தகம் எழுதி முடிப்பதற்குத் தேக உழைப்பு ஒருபுற மிருக்க, காலத்தையும் பொருளையும் அதிகமாகச் செலவு செய்ய வேண்டியிருந்தது. ஆகையால், பண்டைக் காலத்தில், பொருள் உள்ளவர் மட்டும் புத்தகம் பெற்று அறிவை அடைய வசதியிருந்தது; ஏனைய பெருந்தொகையரான ஏழை மக்கள் புத்தகம் வாங்க வசதி யில்லாமலேயிருந்தனர். இக்காரணத்தினால், அச்சுப் புத்தகம் வருவதற்கு முன்னே, கல்வி என்னும் சுடரொளி, புத்தகம் பெற வசதியுள்ள சிறுபான்மையோரிடத்தில், மிகமிகக் குறைவான ஒரு சிலரிடத்தில் மட்டும், மின்மினிபோல ஒளிவிட்டுக்கொண்டிருந்த தேயன்றி, நாட்டி லுள்ள எல்லா மக்களிடத்திலும் அவ்வறிவொளி பரவ வசதியில்லாமலே இருந்தது. அச்சுப்பொறி வந்த பிறகு, குறைந்த செலவில், சிறு உழைப்பில், குறுகிய நேரத்தில் ஆயிரக்கணக்கான புத்தகங்கள் அச்சிடப்படுவதால், தோட்டி முதல் தொண்டைமான் வரையில், நாட்டுமக்கள் அனைவரும் புத்தகங்களைக் குறைந்த விலைக்கு வாங்கிப்படித்து, அறிவைப் பெற உதவியாயிருக்கிறது. தேச மக்களின் உள்ளத்திற் படிந்திருந்த கல்லாமை என்னும் காரிருட் படலம், அச்சுப் புத்தகம் வந்த பிறகு, சூரியனைக் கண்ட பனிபோல் மறையத் தொடங்கிற்று. பொதுமக்களுக்கும் புத்தகம் வாங்க வசதி ஏற்பட்ட பிறகுதான், கல்வி கற்று மேன்மேலும் அறிவைப் பெருக்க வேண்டும் என்னும் ஆசை உண்டாயிற்று. அச்சுப் புத்தகம் வந்ததனால் பொதுவாக உலகத்தில் ஏற்பட்ட மாறுதல் இதுவே.

அச்சுப் புத்தகம் வருவதற்கு முன்னே, நம் நாட்டுப் பொது மக்களும் நூல்களைப் படித்து அறிவைப் பெருக்க வசதியில்லாமல்

இருந்தனர். ஒரு சிறு தொகையினராகிய படித்த கூட்டத்தார் பனை யோலைகளில் நூல்களை எழுதி வந்தனர். இருப்பெழுத்தாணி கொண்டு பனையோலைகளில் நூல்களை எழுதி முடிக்கத் தேக உழைப்பும், காலச் செலவும் பொருட்செலவும் அதிகமாக ஏற்பட்டது ஒரு பக்கமிருக்க, அவற்றைப் படிப்பதும் கடினமாகவிருந்தது. ஏனென்றால், சுவடிகளை வசதியாகக் கையாள முடியாத வருத்தத்தோடு படிக்க முயன்றாலும், ஏடுகளில் மூலம் இன்னது, உரை இன்னது என்பது தெரியாமலும், புள்ளி பெறவேண்டிய எழுத்துகள் புள்ளி பெறாமலும் ஒரே எழுத்து மயமாகக் காணப்படும். எடுத்துக் காட்டாக கள்வர் என்று ஏட்டில் எழுதப்பட்டிருக்கிறதென்று வைத்துக் கொள்வோம். இதைக் களவா என்று படிப்பதா கள்வர் என்று படிப்பதா என்கிற ஐயம் விரைவில் தீராது. இவ்விதம் ஏடுகளில் மெய்யெழுத்துகள் புள்ளி பெறாதிருப்பதினால் உண்டாகும் ஐயப் பாடுகள் ஒருபுறமிருக்க முற்றுப்புள்ளி, காற்புள்ளி, அரைப் புள்ளி களும் காணப்படா. இவற்றை எல்லாம்விட மிகவும் வருத்தந் தரும் வேறொன்று என்னவென்றால், ஓலைச்சுவடிகளிற் பல வேறு பாடுகளும் இடைச்செருகல்களும் காணப்படுவதுதான். அச்சுப் புத்தங்களிலோ இடைச்செருகலும் பாட வேறுபாடுகளும் நுழைவதற் கிடமில்லை. நுழைக்கவும் முடியாது. ஓலைச்சுவடிகளில் இவை இலேசாக நுழைவதற்கு இடமுண்டு. எப்படி என்றால், ஓர் ஆசிரியன் ஒரு நூலை எழுதினானென்றால், அந்நூலை மற்றவர்கள் படி எழுதிக்கொள்வது பண்டைய வழக்கம். இப்படிப் படிகள் எழுதும்போது, அவற்றை எழுதுவோர்க்குத் தெரிந்தோ தெரி யாமலோ பாடவேறுபாடு ஏற்படுவதும் உண்டு. பாட வேறுபாடு களினால் நுலாசிரியன் கருத்துக்கு மாறுபட்ட கருத்துகளும் அந்நூலூட் புகுந்துவிடுகின்றன. ஏடெழுதுவோரின் மனப்பான்மை யினாலும், கொள்கை வேறுபாட்டினாலும் மற்றும் பிற காரணங் களாலும், பாட வேறுபாடுகள் ஏற்பட்டிருப்பதை ஏட்டுச் சுவடிகளில் தான் காணமுடியும். இப்பொழுது தமிழ்நாட்டிலுள்ள கம்பராமாயண ஏட்டுப்படிகளைக் கொண்டுவந்து அவற்றை ஒன்றோடொன்று ஒப்பிட்டுப் பார்ப்போமானால், ஒவ்வொரு சுவடியிலும் வெவ்வேறு பாட வேறுபாடுகள் இருப்பதைக் காணலாம்.இவ்வகையே மற்ற நூற் சுவடிகளையும் ஒன்றோடொன்று ஒப்பிட்டுப்பார்ப்போமானால், அவற்றிலும் பாட வேறுபாடுகளையாவது இடைச்செருகல்களை யாவது காண முடியும். ஏட்டுச் சுவடிகள் எல்லாம் ஒரே பாட முள்ளவையாயிருப்பது அருமை. திருக்குறளுக்கு உரையெழுதிய

மணக்குடவர், திருக்குறள் 7-ஆம் அதிகாரத்திற்கு 'மக்கட்பேறு' என்னும் தலைப்பெயர் கொடுத்திருக்க, மற்றொரு உரையாசிரிய ராகிய பரிமேலழகர் அதே அதிகாரத்திற்குப் 'புதல்வரைப் பெறுதல்' என்னும் தலைப்பெயர் இட்டிருப்பது யாவரும் அறிந்ததே. இஃது, ஆண் மக்களுக்கும் பெண் மக்களுக்கும் சம உரிமையுண்டு என்னும் மணக்குடவர் கருத்தையும், பெண் மக்களுக்கு ஆண் மக்களைப் போல் சம உரிமை கூடாது என்னும் பரிமேலழகர் கொள்கையையும் நன்கு விளக்குவதோடு, ஏடெழுதுவோர் அல்லது உரையிடுவோரின் மனப்பான்மைக்கும் மதக் கொள்கைக்கும் ஏற்ப நூல்களிற் பாட வேறுபாடு அமைக்கப்படும் என்பதற்குச் சிறந்த சான்றாகவும் நிற்கின்றது. இவ்வகை ஏட்டுச் சுவடிகளிற் பல குறைபாடுகள் உண்டு. இவ்வகை குறைபாடுகளும் இடர்ப்பாடுகளும் அச்சுப் புத்தகத்திற் காணப்படா நிற்க.

இனி, தமிழில் அச்சுப் புத்தகம் வந்த வரலாற்றினை ஆராய்வோம். நமது நாட்டில் ஐரோப்பியர் வந்த பிறகுதான் அச்சுப் புத்தகங்கள் உண்டாயின. நமது நாட்டில் கிறித்துவ மதத்தைப் பரவச் செய்வதற்காகப் பெரும் தொண்டாற்றி வந்த ஏசுவின் சபைப் பாதிரிமார்கள் முதன் முதல் தமிழில் அச்சுப் புத்தகம் உண்டாக்கி னார்கள். இந்திய மொழிகளில் முதன் முதல் அச்சுப் புத்தகம் உண்டானது தமிழ்மொழியிலேதான். பிறகுதான் ஏனைய இந்திய மொழிகளில் அச்சுப் புத்தகம் உண்டாயிற்று.

நமது நாட்டில் தமிழ் அச்சுப் புத்தகம் உண்டான வரலாற்றை ஆராய்வதற்கு முன்னம், ஐரோப்பாக் கண்டத்தில் அச்சிடப்பட்ட தமிழ்ப் புத்தகங்களைப் பற்றிக் குறிப்பிடுவது அமைவுடைத்து. ஆனால், ஐரோப்பாக் கண்டத்தில் அச்சிடப்பட்ட தமிழ்ப் புத்தகங் களின் முழு வரலாறு இப்போது எமக்குக் கிடைக்கவில்லை. எனினும், யாமறிந்த வரையில் எழுதுவோம். மலையாளத்துத் தாவர நூல் என்னும் புத்தகம் மலையாள தேசத்தில் உள்ள கொடி செடி களைப் பற்றிக் கூறும் நூல். இந்த நூலில் மரஞ்செடிகளின் பெயர்கள் மட்டும் தமிழில் அச்சிடப்பட்டிருக்கின்றன. இந்நூல் ஒல்லாந்து தேசத்தின்[1] தலைநகரான ஆம்ஸ்டர்டாம்[2] நகரத்தில் 1686-இல் அச்சிடப்பட்டது.

---

[1] Holland.

[2] Amsterdam.

இந்நூலில் மரஞ்செடிகளின் பெயர்களை மட்டும் குறிப்பிடும் தமிழ் அச்செழுத்து அந்நகரத்தில் உண்டாக்கப்பட்டதாகத் தெரிகிறது. அதன் பிறகு ஜெர்மனி தேசத்தைச் சேர்ந்த ஹாலி[3] நகரத்தில், 1780ஆம் ஆண்டில், (தஞ்சைத் தரங்கம்பாடியில் இருந்த சீகன்பால்கு ஐயர் என்னும் டேனிஷ் மிஷன் தலைவரின் வேண்டுகோளின்படி) தமிழ் அச்செழுத்துகள் உண்டாக்கப்பட்டன. பிறகு, அந்த நகரத்திற் சில தமிழ்ப் புத்தகங்கள் அச்சிற் பதிக்கப்பட்டனவாகத் தெரிகின்றன. ஷூல்ஸ் ஐயர் என்னும் செர்மானியர் 'பரதீஸ் தோட்டம்'[4] என்னும் நூலைத் தமிழில் மொழிபெயர்த்து 1749-இல் அச்சிற் பதிப்பித்தார். 'உண்மைக் கிறித்துவம்'[5] என்னும் புத்தகத்தை 'ஞானக் கண்ணாடி' என்னும் பெயருடன் தமிழில் மொழிபெயர்த்தெழுதி 1750-இல் அச்சிட்டார். இப்புத்தகங்கள் ஹாலி நகரத்தில் அச்சிடப்பட்டன. (ஷூல்ஸ் ஐயர் தஞ்சைக்கடுத்த தரங்கம்பாடியில் வந்து தமிழ் கற்ற பாதிரியாவர்.) இன்னும் சில தமிழ்ப் புத்தகங்கள் செர்மனி தேசத்தில் 18-ஆம் நூற்றாண்டில் அச்சிடப் பட்டிருக்கின்றன. அவற்றைப்பற்றிய செய்திகள் இப்போது எமக்குக் கிடைக்க வில்லையாகையால், அவற்றின் வரலாற்றை எழுத இயலவில்லை. செர்மனி தேசத்தில் தமிழ்ப்புத்தகங்கள் அச்சிடப்பட்ட அதே காலத்திலோ, அதற்குச் சற்று முன் பின்னாகவோ, இத்தாலி தேசத்தைச் சேர்ந்த உரோமா புரியிலும் தமிழ்ப் புத்தகங்கள் அச்சிடப்பட்டனவாகத் தெரிகின்றன. கிழக்குத் தேசங்களில், கிறித்துவ மதத்தைப் பரவச்செய்யும் பொருட்டு, கீழ்நாட்டு மொழிகளிற் கிறித்துவ மத நூல்களை அச்சிடுவதற்காக அச்சுப்பொறி நிலையம் உரோமாபுரியில் அமைக்கப்பட்டிருந்த செய்தி ஐரோப்பியர் எழுதியுள்ள பழைய நூல்களினால் வெளிப்படுகிறது. அந்த அச்சுப் பொறி நிலையத்தில் இந்திய மொழிகளிற் சில நூல்கள் அச்சிடப்பட்டனவாகத் தெரிகின்றன. ஆனால் அங்கு அச்சிடப்பட்ட தமிழ்ப்புத் தகங்களைப்பற்றிய செய்திகள் இப்போது அறியக் கூடாமலிருக்கின்றன.

இனி, நமது நாட்டில் முதன் முதல் அச்சுப் புத்தகம் வந்த வரலாற்றினை ஆராய்வோம். இந்தியாவிலே, அதிலும் தமிழ் மொழியில், முதன் முதல் அச்சுப் புத்தகம் உண்டாக்கிய பெருமை

---

[3] Halle
[4] Garden of Paradise
[5] True Christianity

ஏசுவின் சபைப் பாதிரிமாரைச் சேர்ந்தது என்று மேலே சொன்னோம். தமிழ் அச்சுப் புத்தகவரலாற்றைப்பற்றித் திட்டமாகக் கூறும் நூல் ஒன்றேனும் இல்லை. ஆகையால், ஆங்காங்குச் சிதறிக்கிடக்கும் செய்திகளிலிருந்தும் குறிப்புகளிலிருந்தும் இவ்வரலாறு ஒருவாறு எழுதப்படுகிறது.

மலையாள தேசத்தில் உள்ள கொச்சியிலும், அதன் பிறகு சுமார் 1578-இல், திருநெல்வேலியில் உள்ள புன்னைக்காயல் என்னும் இடத்திலும், ஏசுவின் சபை பாதிரிமார்[6] அச்சுப் பொறிகளை ஏற்படுத்தினார்கள். பிறகு வைப்புக்கோட்டை, அம்பலக்காடு முதலிய இடங்களிலும் அச்சுப்பொறிகள் அமைக்கப்பட்டனவாகத் தெரிகின்றன. இந்த அச்சுப் பொறிகள் யாவும் 16-ஆம் நூற்றாண்டின் பிற்பகுதியிலே தான் அமைக்கப்பட்டன.

முதல் அச்சுப்புத்தகம் கி.பி.1577-இல் அச்சிடப்பட்டது. 'கிறித்துவ வேதோபதேசம்'[7] என்னும் பெயருள்ள அப்புத்தகம் வைப்புக்கோட்டை என்னும் ஊரில் அச்சிடப்பட்டதாகச் சொல்லப்படுகிறது. ஜோண் கோண்ஸால்வஸ் என்னும் பெயருள்ள, ஸ்பெய்ன் தேசத்தவராகிய ஏசுவின் சபைப் பாதிரியார் உண்டாக்கிய அச்செழுத்துகளைக் கொண்டு இப்புத்தகம் அச்சிடப்பட்டது. அடுத்தபடியாக, 1579-இல் 'கிறித்துவ வணக்கம்'[8] என்னும் புத்தகம் கொச்சியில் அச்சிற் பதிக்கப்பட்டது. இதே ஆண்டில் போர்ச்சுகீஸ் தமிழ்ப் புத்தகம்[9] ஒன்றும் மலையாள தேசத்தில் அம்பலக்காடு என்னும் இடத்தில் அச்சிடப்பட்டது. இஃது இன்னாசி ஆச்சாமணி[10] என்னும் சுதேசி ஒருவர் உண்டாக்கிய அச்செழுத்துக் கொண்டு அச்சிடப்பட்டது. அன்றியும், ஐரோப்பியப் பாதிரிமார்கள் தமிழ் கற்றுக் கொள்ளுவதற்கு உதவியாகச் சில புத்தகங்களும் அச்சிடப்பட்டனவாகத் தெரிகின்றன. மேற்சொல்லப்பட்ட, 'கிறித்தவ வேதோபதேசம்', 'கிறித்துவ வணக்கம்' என்னும் இரண்டு புத்தகங்களைப் பற்றிச் சிலருக்கு ஓர் ஐயப்பாடு உண்டு. அஃதென்னவென்றால், இவ்விரு புத்தகங்களும் தமிழ்மொழியில் அச்சிடப்பட்டனவா, அல்லது மலையாள மொழியில்

---

6 Jesuit Fathers.
7 Flos Sanctorum.
8 Doctrina Christiana.
9 Portuguese Tamil Vocabulary.
10 Ignatius Aichamani.

அச்சிடப்பட்டனவா என்கிற ஐயப்பாடுதான். அவை மலையாள மொழியில் எழுதப்பட்டவை என்று சிலரும், தமிழில் எழுதப்பட்டவை என்று வேறு சிலரும் கருதுகிறார்கள். ஆனால், அப் புத்தகங்கள் இப்போது இந்தியாவிற் கிடையா. மேற்படிப் புத்தகங் களைப் பற்றி எழுதிய ஐரோப்பியர்கள் அவை 'மலபார்' மொழியில் அச்சிடப்பட்டன என்று எழுதியிருக்கிறார்கள். 'மலபார்' மொழியில் எழுதப்பட்டவை என்பதனாலும், மலையாள தேசத்தில் அச்சிற் பதிப்பிக்கப்பட்டதனாலும், அவை மலையாளப் புத்தகங்களாகத்தான் இருக்க வேண்டும் என்பது ஒரு கட்சியார் கொள்கை. இவர்கள் நினைப்பது சரியானதென்று தோன்றலாம். ஆனால், உள்நுழைந்து ஆராய்ந்து பார்த்தால், அவர்களின் கருத்துத் தவறான தென்றும், உண்மை அவர் கருத்துக்கு மாறானதென்றும் தெரியவரும். மலையாள தேசத்திலே அச்சிட்ட படியினாலே அப்புத்தகங்கள் மலையாள மொழியில்தான் இருக்கவேண்டுமென்று நினைப்பது தவறு. 'மலபார்' மொழி என்றால் மலையாள மொழி என்று கருதுவதும் தவறாகும். இப்பொழுது 'மலபார்' என்கிற சொல்லுக்குப் பொருள் வேறு; சுமார் நூறு ஆண்டுகளுக்குமுன் இச்சொல்லுக்கிருந்த பொருள் வேறு. இந்தக் காலத்தில் 'மலபார்' என்னும் ஐரோப்பியச் சொல் மலையாள தேசத்தைக் குறிக்கிறது. ஆனால், இதே 'மலபார்' என்னும் சொல் சில நூற்றாண்டுகளுக்கு முன் தமிழர் அல்லது தமிழ் மொழி என்னும் பொருளில் வழங்கி வந்ததேயன்றி, இப்போது வழங்கும் பொருளைக் குறிப்பிடவில்லை. நமது நாட்டில் வாணிபத்தின் பொருட்டு வந்திருந்த பல்வேறு ஐரோப்பிய இனத்தாரும் தமிழரை 'மலபாரிகள்' என்றும், தமிழ்மொழியை 'மலபார் மொழி' என்றும் அக்காலத்தில் வழங்கி வந்ததை அவர்கள் எழுதியிருக்கும் நூல்களிலிருந்து இப் போதும் தெரிந்துகொள்ளலாம். இவர் மட்டுமின்றி, இலங்கையை ஆண்டிருந்த ஒல்லாந்தர் முதலிய ஐரோப்பியரும் இலங்கைத் தமிழரை 'மலபாரிகள்' என்று வழங்கிவந்தனர் என்பதற்கு ஆதாரங்கள் பல நூல்களிலிருந்து கிடைக்கின்றன. இக்காலத்தில் இப்பெயர் பலருக்கு வியப்பையுண்டாக்கக் கூடும். ஆனால், இஃது உண்மை என்பது ஆராய்ந்து பார்த்தால் விளங்கும்.

ஐரோப்பியர், தமிழரை 'மலபாரிகள்' என்று ஏன் வழங்கினார்கள்? இப்பெயரை அவர்கள் முகம்மதியரிடத்திலிருந்து கற்றதாகத் தெரிகிறது. ஐரோப்பியர் வருவதற்கு முன்னமே, முகம்மதியர் சிலர் தென் இந்தியாவுக்கு வந்திருக்கின்றனர். அவர்கள் தமது வழிநடையைப் பற்றி எழுதிய புத்தகங்களில் தென் இந்தியாவை 'மாபார்' என்று

எழுதியிருப்பதாகவும், பிற்காலத்தில் வந்த ஐரோப்பியர் 'மாபார்' என்னும் சொல்லை 'மலபார்' என்று திரித்து வழங்கினார்கள் என்பதாகவும் சொல்லப்படுகிறது. தென் இந்தியாவைக் குறிப்பிடும் 'மாபார்' என்னும் சொல்லை 'மலபார்' ஆக்கி ஒலித்த ஐரோப்பியர் தென் இந்தியாவில் வாழும் மக்களையும் 'மலபார்' என்று வழங்கி னார்கள். பிறகு இச்சொல், தென் இந்தியாவில் பெருங்குடிமக்களாக விருக்கும் தமிழருக்கும், அவர்களின் மொழியாகிய தமிழுக்கும் அமைந்திருந்தது. இப்போது அச்சொல் பண்டைய பொருள்களை உதறிவிட்டு, மலையாள தேசத்தை மட்டும் குறிக்கிறது. 'மலபார்' என்னும் இச்சொல்லின் வரலாற்றினை அறியாதவர், இப்போது வழங்கும் பொருளில் அச்சொல்லை வைத்து ஆராய்வதால், உண்மை புலப்படாமல் இடர்ப்படுகிறார்கள். இந்த இடர்ப்பாட்டினால்தான் மேற்சொன்ன இரண்டு புத்தகங்களும் மலையாள மொழிப் புத்தகங்க ளென்று அவர்கள் கருதுகிறார்கள். தங்கள் கருத்துக்குத் துணையாக, அப்புத்தகங்கள் மலையாள தேசத்தில் அச்சிடப்பட்டதை அவர்கள் சுட்டிக்காட்டுகிறார்கள். மலையாள தேசத்தில் அச்சிடப்படும் புத்தகம் மலையாள மொழியில்தான் இருக்க வேண்டும் என்னும் கட்டாயம் இல்லை. கிறித்துவ மதத்தைப் பரவச் செய்த ஏசுவின் சபைப் பாதிரிகளின் தலைமை இடம் அக்காலத்தில் மலையாள தேசத்தில் இருந்தது. ஏசுவின் சபைப் பாதிரிகளின் தலைவரும் மலையாள தேசத்தில்தான் வாழ்ந்து வந்தார். ஆகையால், மதச் சார்பான புத்தகங்கள் அச்சிடுவதற்குரிய அச்சுப் பொறிகளும் அவ்விடத்திலேயே ஏற்பட்டிருந்தன. தமிழ்நாட்டில் மதுரையில் வாழ்ந்திருந்த தத்துவ போதக சுவாமி என்னும் ஏசுவின் சபைப் பாதிரியார் தமிழில் எழுதிய 'ஞானோபதேச காண்டம்' என்னும் புத்தகம், தமிழ்நாட்டில் அக்காலத்தில் அச்சுப்பொறி இல்லாதபடியால், மலையாள தேசத்தில் அம்பலக்காடு என்னும் இடத்தில், பாதிரிமாரால் நிறுவப்பட்டிருந்த அச்சுப்பொறி நிலையத்தில் அச்சிடப்பட்டதென்றும் அப்புத்தகத்தை அச்சிற்பதிப்பிப்பதற்காகத் தமிழ்நாட்டிலிருந்த அந்த்ரேப்பிரயா என்னும் பாதிரியார் அம்பலக்காட்டுக்குச் சென்றார் என்றும் வரலாற்று வாயிலாய் அறிகிறோம். இதனால், மலையாளக் கரையில் தமிழ்ப் புத்தகங்கள் அச்சிடப்பட்டன என்பது நன்கு விளங்கும்.

இதுவன்றியும், மேற்குறித்த 'கிறித்துவ வணக்கம்', 'கிறித்துவ வேதோபதேசம்' என்னும் இரண்டு புத்தகங்களும் தமிழ்ப் புத்தகங்கள் தாம் என்பதற்குவேறு சான்றுகளும் உள்ளன. அவை என்னவென்றால்,

தரங்கம்பாடிச் திருச்சபையைச் சேர்ந்த ஸார்ட்டோரியஸ் பாதிரியார்[11] சென்னைக்கு வடக்கேயுள்ள பழவேற்காடு என்னும் இடத்தில், ஒரு கிறித்துவ மதபோதகர் 1579-இல் கொச்சியில் அச்சிடப்பட்ட 'கிறித்துவ வணக்கம்' என்னும் தமிழ் அச்சுப் புத்தகத்தைப் பார்த் தெழுதப்பட்ட கையெழுத்துப்படி ஒன்றை வைத்திருந்ததைத் தாம் பார்த்ததாக,1743-இல் எழுதியிருக்கிறார். மேலும், அந்தப் பாதிரியார் கீழ் வரும் செய்தியையும் எழுதியிருக்கிறார்; கொச்சியில் 'கிறித்துவ வணக்கம்' அச்சிடப்பட்ட அதே அச்சுக்கூடத்தில் அப்புத்தகம் அச்சிடப்பட்ட அதே ஆண்டில், ஏசுவின் சபைப் பாதிரியாரான மார்க்கஸ் ஜார்ஜ்[12] என்பவரால் எழுதப்பட்டு, மேற்படி சபையைச் சேர்ந்த மற்றொரு பாதிரியாரான ஆன்ரிக்ஸ்[13] என்பவரால் தமிழில் மொழிபெயர்க்கப்பட்ட, 'கிறித்துவ வணக்கம்' என்னும் புத்தகத்தைத் தரங்கம்பாடியில் தாம் கண்டதாக எழுதியிருக்கிறார். இதனால் அந்த இரண்டு புத்தகங்களும் தமிழ்ப் புத்தகங்களே என்பது ஐயமற விளங்கும்.

'கிறித்துவ வணக்கம்' என்னும் அச்சுப் புத்தகம் தமிழில் எழுதப் பட்டதுதான் என்பதற்கு இன்னொரு சான்றும் உண்டு. டாக்டர் பி.ஜே. தோமஸ் எம்.ஏ.,என்பவர் 'கேரளத்திலே கிறித்தீய சாகித்தியம் என்னும் புத்தகத்தை மலையாளத்தில் எழுதியிருக்கிறார். அவர் அப் புத்தகத்தில், 'கிறித்துவ வணக்கம்' என்னும் புத்தகத்தைப் பற்றி எழுதியிருப்பது:- 'பாரிஸ் நகரத்தில் பேர் பெற்ற ஸோர்போன்'[14] சர்வ கலாசாலையைச் சேர்ந்த புத்தகச் சாலையில் கி.பி.1579-இல், மலையாள தேசத்தில் அச்சிற் பதிப்பிக்கப்பட்ட ஒரு வேதோபதேச புத்தகம் இருப்பதாக அறிந்தேன். உடனே, அப்புத்தகத்தின் ஒன் றிரண்டு பக்கங்களைப் போட்டோப் பிடித்து அனுப்பும்படி பாதர் ஹோஸ்ற்றன் என்பவர் மூலமாக ஏற்பாடு செய்தேன். அப்படம் வந்து சேர்ந்ததும் அதைப் பார்த்தபோது, அப்புத்தகம் தமிழ் எழுத்துகளால் அச்சிடப்பட்டதென்று அறிந்தேன். சேர மண்டலத்திலும் சோழ மண்டலத்திலும் உபயோகப்படும் பொருட்டு அச்சடிக்கப்பட்டதாக அதில் எழுதப்பட்டிருந்ததைக்கொண்டு, அக்காலத்தில் இங்கு (மலையாள தேசத்தில்) தமிழ் மொழிக்கு முதன்மையளிக்கப்

11 Rev. John Anton Sartorius.

12 Marcos George.

13 Anriques

14 Sor-bonne.

பட்டிருந்தது என்று தெரிகிறது" என்பது. இதிலிருந்து 1579-இல் மலையாள தேசத்தில் அச்சிடப்பட்ட "கிறித்துவ வணக்கம்" என்னும் புத்தகம் தமிழில் அச்சிடப்பட்டதென்பதும், அதன்படி பாரிஸ் நகரத்தில் இருக்கிறதென்பதும், விளங்குகிறது, யாம் அறிந்த வரையில், பதினாறாம் நூற்றாண்டின் பிற்பகுதியில் (1550 முதல் 1600 வரையில்) அச்சிடப்பட்ட தமிழ் நூல்கள் "கிறித்துவ வேதோப தேசம்," "கிறித்துவ வணக்கம்" என்னும் இரண்டு நூல்கள்தாம். வேறு சில தமிழ்ப் புத்தகங்களும் அச்சிடப்பட்டிருக்கலாம், ஆனால், அவற்றின் விவரம் தெரியவில்லை.

பறங்கியர் காலத்தில் ஏசுவின் சபைப் பாதிரிகளின் மேற் பார்வையில், தென் இந்தியாவில் கீழ்க்கண்ட இடங்களில் அச்சுப் பொறிகள் நிறுவப்பட்டன. இவைதாம் முதன்முதல் இந்தியாவில் நிறுவப்பட்ட அச்சுப் பொறிகள்.

மலையாள தேசத்தில் அம்பலக்காடு என்னும் இடத்தில் 1550-இல் ஒரு அச்சுப் பொறி நிறுவப்பட்டது.

திருநெல்வேலியைச் சேர்ந்த புன்னைக் காயல் என்னும் இடத்தில், 1578-இல், ஏசுவின் சபைப் பாதிரிமார் தமிழ் கற்பதற்காக ஒரு கல்லூரி நிறுவப்பட்டது. இக்கல்லூரியின் தலைமை ஆசிரியராக விருந்தவர் என்ரீகெஸ்[15] என்பவர். இந்தக் கல்லூரியின் மேற்பார்வையில் மேற் படி ஆண்டில் ஒரு அச்சுப் பொறி அமைக்கப்பட்டது. வாரீயா[16] என்பவர் இங்கு அச்சு எழுத்துகளை உண்டாக்கிச் சில தமிழ்ப் புத்தகங்களை அச்சிற் பதிப்பித்தார். இங்கு அச்சிடப்பட்ட புத்தகங்கள் இன்னவை என்று தெரியவில்லை. இவர் உண்டாக்கிய அச்சு எழுத்து மர அச்செழுத்தாக இருக்க வேண்டும் என்று தோன்றுகிறது. 1578-இல் "கிறித்துவ வேதோபதேசம்", "கிறித்துவ வணக்கம்" என்னும் புத்த கங்கள் இவ்விடத்தில் அச்சிடப்பட்டன என்று சொல்லப்படுகின்றன.

கொச்சியில், 1577-இல் ஏசுவின் சபைப் பாதிரிமார் ஒரு அச்சுப் பொறி நிறுவினார்கள். அங்கு அச்சிடப் பட்ட தமிழ்ப் புத்தகங்களின் விவரம் தெரியவில்லை.

கோவாப் பட்டினத்தில், 1550-இல், போர்ச்சுகல் தேசத்திலிருந்து இரண்டு அச்சுப் பொறிகள் வந்தனவாகத் தெரிகின்றன. ஆனால், இவை உபயோகப்படுத்தப்படாமலேயிருந்தன. யாம் அறிந்த

15 Fr. Henriquez.

16 Joao-de-Faria

வரையில், 1557-இல் தான் முதன் முதல் கோவாப்பட்டினத்தில் புத்தகம் அச்சிடப்பட்டது. ஆனால், அப்புத்தகம் தமிழ்மொழியில் அச்சிடப்பட்டதன்று. இங்குத் தமிழ்ப் புத்தகங்கள் எப்போதாவது அச்சிடப்பட்டனவா என்பதும் தெரியவில்லை.

மலையாள தேசத்தில் சேந்த மங்கலத்தைச் சேர்ந்த அறுப்புக் கோட்டை என்னும் இடத்தில், 1557-இல் ஒரு தேவாலயமும், பாதிரிகளின் மடமும், ஒரு அச்சுப் பொறியும் நிறுவப்பட்டன. கொச்சியிலும் இதே ஆண்டில்தான் அச்சுப்பொறி நிறுவப்பட்டது. இவ்விடத்தில் கோண்ஸால்வஸ் என்னும் பாதிரியார் தமிழ் அச்செழுத்துகளை உண்டாக்கி, "கிறித்துவ வணக்கம்" என்னும் புத்தகத்தை அச்சிட்டதாகச் சொல்லுகிறார்கள். இந்தப் புத்தகம் திருநெல்வேலியில் உள்ள புன்னைக்காயல் அச்சுக்கூடத்தில் அச்சிடப் பட்டதாக வேறு சிலர் எழுதியிருக்கிறார்கள். இதன் உண்மை விளங்க வில்லை. இவ்விடத்தில் தமிழ்மொழியிலும் சில நூல்கள் அச்சிடப் பட்டன. அவற்றின் விவரம் தெரியவில்லை.

மலையாள தேசத்தில், அம்பலக்காடு என்னும் இடத்தில், மற்றொரு பொறி 17-ஆம் நூற்றாண்டில் அமைக்கப்பட்டது. எந்த ஆண்டில் நிறுவப்பட்டதென்று தெரியவில்லை. ஆனால், 1679-இல் இன்னாசி ஆச்சாமணி[17] என்னும் உபதேசியார் தமிழில் அச்செழுத்து களை உண்டாக்கினார். மேற்படி ஆண்டிலே அந்தோனி டிப்ரில் பாதிரியார் எழுதிய தமிழ்-போர்ச்சுகீஸ் அகராதியும், தெகோஸ்ற்றா பாதிரியார் எழுதிய தமிழ் இலக்கணமும் இங்கு அச்சிடப்பட்டன. இங்கு அச்சிடப்பட்ட தமிழ் நூல்களின் முழு விவரமும் கிடைக்க வில்லை.

பறங்கியர் இலங்கைத் தீவிலும் செல்வாக்குப் பெற்றிருந்தார்கள். அங்கு யாழ்ப்பாணம் முதலிய இடங்களிலுள்ள தமிழர்களில் பலரைக் கிறித்தவராக்கியும், பல கோயில்களைக் கட்டியும் மத ஊழியம் செய்திருக்கிறார்கள். இவர்கள் யாழ்ப்பாணத்தில் அச்சுப் பொறிகள் அமைத்து, தமிழ் நூல்களை அச்சிட்டார்களா என்பது தெரியவில்லை. யாம் ஆராய்ந்தவரையில் இல்லை என்றே தோன்று கிறது. பறங்கியருக்குப் பிறகு, இந்தியாவுடன் வாணிபம் செய்ய வந்த ஒல்லாந்தர், பிற்காலத்திற் பறங்கியர்களை இந்தியாவி லிருந்தும் இலங்கையிலிருந்தும் துரத்திவிட்டு, பறங்கியரின் ஆட்சியை அழித்துவிட்டார்கள். அன்றியும், பறங்கிகளின் சார்பாகச்

---

17 Ignatius Aichamani

யெசுமுனனிற்க

De Baptifino Infantum.

இறுபிளௌசகளுக்குஞானஸ்நுரை
கொடுக்கிறவிதத்மானம்.
ந்தபபிளௌசை விட்டியெஞானஸ்
நுரமபெறத்துணைடொ.ரா.பிற:யில்லை.
அதுககுபடெபொனற. பிற.
கிறிஸ்தத்தியானெ.
நீ ஆஞசெயதிட்டடசி இவைவயினெ
அடையாளதைதை ஞா த துகெகொளெ
உரை(†)நெத்தியிலெயுமனை(†)மாபி
லெயும

Oratio I
நீ ா வகெளெலலாருமபிருத்தித்த துக
கொளைகககடவொம:சருவதத்துக்கும
வலலஅூதி பாாபாமினெ, நமமுடைய
நாதாயெசு கிறிஸ்தத்துவினெ பிதா
ஒவெ

1781ஆம் ஆண்டு, தரங்கம்பாடியில் அச்சிடப்பட்ட 'ஞானமுறைகளின் விளக்கம்' என்னும் புத்தகத்தின் முதற் பக்கம் [பக்கம் 46]

சமய ஊழியம் செய்திருந்த ஏசுவின் சபைப் பாதிரிமார்களையும் ஊரை விட்டுப் போகும்படி கண்டிப்பான உத்தரவு இட்டார்கள். ஏசுவின் சபைப் பாதிரிமார்கள் போய்விட்டதனால் அவர்கள் செய்து வந்த அச்சு வேலைகளும் நிறுத்தப்பட்டன. ஒல்லாந்தரும் தமது கிறித்துவ மதத்தைப் பரப்புவதற்காக முயற்சி செய்தார்கள். ஆனால், இந்தியாவில் அவர்கள் தமது வேலையை அதிகமாகச் செய்ய வில்லை என்று தோன்றுகிறது. ஒல்லாந்தர் இந்தியாவில் தமிழ் நூல்களை அச்சிட்டதாகத் தெரியவில்லை. ஒல்லாந்தர் காலத்தில் தமிழ் நாட்டில் அச்சுவேலை நின்றுவிட்டது என்று உறுதியாகச் சொல்லலாம். ஆனால், இலங்கையில் யாழ்ப்பாணத்திலும், கொளும்பிலும் கலா சாலைகள் அமைத்து, கிரீக்கு, லத்தீன், ஒல்லாந்த பாஷை, தமிழ் முதலிய மொழிகளைக் கற்பித்து வந்தார்களென்பதும், ஒரு அச்சுப் பொறியும் நிறுவினார்கள் என்பதும் தெரிகின்றன. யாழ்ப் பாணத்துத் தமிழராகிய மெல்லோ பாதிரியார்[18] ஒல்லாந்தருடைய கல்லூரியிற் கல்வி கற்றுத் தேர்ந்தவர்களில் ஒருவர். இந்த மெல்லோ பாதிரியார் எபிரேயு, கிரீக், இலத்தீன், போர்த்துகீசியம், ஒல்லாந்து, தமிழ் என்னும் ஆறு மொழிகளில் வல்லவர். இவர் கிரேக்க மொழியிலிருந்து தமிழில் மொழி பெயர்த்த புதிய ஏற்பாடு (விவிலிய வேதம்) 1749-இல் ஒல்லாந்தருடைய அச்சுக்கூடத்திற் பதிப்பிக்கப்பட்டது. இலங்கையில் ஒல்லாந்தர் காலத்தில் அச்சிடப்பட்ட வேறு தமிழ் நூல்களின் விவரங்கள் தெரியவில்லை. ஆனால், மேலே சொல்லியபடி ஒல்லாந்தர் இந்தியாவிலிருந்து பறங்கியரைத் துரத்திவிட்ட பிறகு, கத்தோலிக்கக் கிறித்தவர் புத்தகங்களை அச்சிடுவது நின்றுவிட்டது.

பதினெட்டாம் நூற்றாண்டின் முற்பகுதியில் தஞ்சைக்கடுத்த தரங்கம்பாடியிலிருந்த டேனிஷ் மிஷனரியான ஸீகன்பால்கு ஐயர், தமிழ்நாட்டில் அச்சுப் பொறி இல்லாத குறையைப்பற்றிச் செர்மனி தேசத்திலுள்ள தம் நண்பர்களுக்கு எழுதிய கடிதங்களிலிருந்தும், அக் காலத்தில் தமிழ்நாட்டில் அச்சுப்பொறி ஒன்றேனும் இருந்திருக்க வில்லை என்பது தெளிவாகிறது. ஸீகன்பால்கு ஐயர் எழுதிய கடிதத்தில், தமக்கு வேண்டிய தமிழ்ப் புத்தகங்களையும், பாட சாலை மாணவருக்கு வேண்டிய பாடப் புத்தகங்களையும், ஓலைச் சுவடிகளில் எழுதுவித்து வருவதனால், அதிகப்படியான காலச் செலவும், பணச் செலவும் ஆகின்றனவென்றும், அவ்விதம் பணமும் காலமும் அதிகமாகச் செலவிட்டாலும் சில படிகள் தாம் எழுதி முடிக்கப் படுகின்றனவென்றும், ஆகையால், பணச் செலவைக்

---

[18] Philip-de-Melho

குறைத்துத் துரிதமாகப் புத்தகங்களை ஏராளமாக அச்சிடுவதற்கு உதவியாகத் தமிழ் அச்செழுத்துகளையும் அச்சுப் பொறியையும் அனுப்பி வைக்க வேண்டும் என்றும், தமது செர்மனி தேசத்து நண்பர்களுக்கு எழுதியிருக்கிறார். இவரது வேண்டுகோளுக்கிணங்கி, செர்மனியிலிருந்து அச்சுப் பொறியும், தமிழ் அச்செழுத்துகளும் அனுப்பப்பட்டன. இவை 1713-ஆம் ஆண்டு தரங்கம்பாடிக்கு வந்துசேர்ந்தன. இது தமிழ்நாட்டில் முதன் முதல் அமைக்கப் பட்ட அச்சுப்பொறி என்பதில் ஐயமில்லை. இதில் பல தமிழ்ப் புத்தகங்கள் அச்சிடப்பட்டன. அக்காலத்தில் அச்சிடுவதற்குக் காகிதம் ஐரோப்பாவிலிருந்து அதிகமாக வருவதில்லையாகையால், தரங்கம்பாடிச் சபையோர் ஒரு காகிதப் பட்டரை ஏற்படுத்திக் காகிதம் செய்தனர். ஆனால், உழைப்புக்குத் தகுந்த பயன் கிடைக் காதபடியால், அத்தொழில் சிறிது காலத்துக்குப் பிறகு நிறுத்தப் பட்டது. இதுவே இந்தியாவில் முதன் முதல் ஏற்பட்ட காகிதத் தொழிற்சாலை என்று தோன்றுகிறது. இந்தத் தரங்கம்பாடி அச்சுப் பொறி ஏற்பட்ட பிறகு பொதுமக்கள் அச்சுப் புத்தகங்களை வாங்கிப் படிக்க அதிகமாக முற்பட்டனர் என்பது தெரிகிறது.

1761-ஆம் ஆண்டில், இங்கிலீஷ்காரர் புதுச்சேரியைப் பிடித்தனர். அப்பொழுது ஆங்கிலேயர் பிரெஞ்சுக் கவர்னரின் அரண்மனையில் இருந்த ஓர் அச்சுப் பொறியைக் கைப்பற்றினர். கைப்பற்றிய அந்தப் பொறியைச் சென்னைக்குக் கொண்டுவந்து, வேப்பேரி என்னும் இடத்தில் இருந்த மிஷனரிமாரின் பார்வையில் விட்டுவைத்தனர். இது தமிழ்நாட்டில் ஏற்பட்ட இரண்டாவது அச்சுப் பொறியாகும். இதில் அரசாங்கத்தாருக்கு வேண்டிய புத்தகங்களும் மிஷனரிமாருக்கு வேண்டிய புத்தகங்களும் அச்சிடப்பட்டன. தரங்கம்பாடிச் சபையின் அச்சுக்கூடத்தினால் பொது மக்களுக்கு வேண்டிய அச்சுப் புத்தகங்கள் அவ்வளவையும் உண்டாக்க முடியாமலிருந்த குறை சென்னை அச்சுப் பொறி உண்டானபிறகு நீங்கிவிட்டது. தமிழ்நாட்டில் 18-ஆம் நூற்றாண்டில் இந்த இரண்டு அச்சுப் பொறிகள் தாம் இருந்தன.

ஆனால், 19-ஆம் நூற்றாண்டில்தான் அச்சுப் புத்தகங்கள் ஏராளமாகச் செய்யப்பட்டன. ஏனென்றால், மிஷனரிமார் தமிழ்நாட்டிற் பல இடங்களிற் சபைகளை ஏற்படுத்தி மும்முரமாக சமயத்தொண்டு செய்ய முற்பட்டார்கள். அன்றியும், முந்திய நூற்றாண்டுகளைவிட இந்த நூற்றாண்டில் ஏராளமான பாடசாலைகளை ஏற்படுத்தினார்கள். இந்துக்களும் முகம்மதியருங்கூடத் தங்கள் தங்கள் மதத்தைப் பரப்புவதற்காகப் புத்தகங்களைப் புதியன புதியனவாக அச்சிட்டு வெளிப்படுத்தினதும் இந்த நூற்றாண்டிலேதான். அன்றியும்,

செய்திகளைக் கூறும் நாள்தாள், கிழமைத் தாள்களும் இந்த நூற்றாண்டிலே தான் ஏற்பட்டன. இஃதன்றியும், இந்தியர் அச்சுப் பொறி வைக்கக் கூடாதென்றிருந்த தடை 1835-ஆம் ஆண்டில் நீக்கப்பட்டது.

அதுமுதல் தமிழரும் அச்சுப் பொறிகள் அமைக்க முற்பட்டனர். இக்காரணங்களால் இந்த நூற்றாண்டில் அச்சுப் புத்தகங்கள் மிகுதியாக அச்சிடப்பட்டன. சென்ற 19-ஆம் நூற்றாண்டில், கீழ்க்கண்ட அச்சுக் கூடங்கள் மிஷனரிமாரால் ஏற்படுத்தப்பட்டன.

“எஸ்.பி.ஸி.கே.[19] என்னும் சங்கத்தார் சென்னையில் 1815-ஆல் ஒரு அச்சுப்பொறி நிறுவினார்கள்.

திருநெல்வேலிப் பாளையங்கோட்டையில் ஒரு மதப் பிரசார சங்கம் 1822-இல் ஏற்படுத்தப்பட்டு, அதன் சார்பாக ஓர் அச்சுப்பொறி நிறுவப்பட்டது. இதே ஆண்டில் நாகர்கோயில் என்னும் இடத்திலும் ஒரு சபையும் அச்சுப்பொறியும் நிறுவப்பட்டன.

1830-இல் நெய்யூர் என்னும் இடத்தில் பரப்புக் கழகம் (பிரசார சபை) அச்சுப் பொறியும் அமைக்கப்பட்டன.

1821-இல் யாழ்ப்பாணத்து நல்லூரில் சர்ச்மிசன் சபையார் ஓர் அச்சுப் பொறி நிறுவினார்கள்.

1840-இல் புதுச்சேரியில் ஓர் அச்சுப்பொறி நிலையம் நிறுவப் பட்டது.

1870-இல் இலங்கைக் கத்தோலிக் சபையார் ஓர் அச்சுப் பொறியைக் கொழும்பில் ஏற்படுத்தினர். மூன்று ஆண்டுகளுக்குப் பிறகு, இஃது யாழ்ப்பாணத்துக்குக் கொண்டு போகப்பட்டதாகத் தெரிகிறது.

மேற்சொன்ன அச்சுக் கூடங்களிலிருந்து வெளிவந்த அச்சுப் புத்தகங்கள் மிகப் பல. அச்சுப்புத்தகங்களை உண்டாக்குவதற்கு இவை நல்ல வேலை செய்துவந்தன. இவையன்றி, “சென்னைக் கல்விச் சபை,”[20] “சென்னைப் பாடசாலைப் புத்தகச் சங்கம்,”[21] “தென்னிந்தியக் கிறித்துவப் பாடசாலைப் புத்தகச் சங்கம்”[22] முதலிய சங்கங்களும் அச்சுப் புத்தகங்களை வெளிப்படுத்துவதில் 19-ஆம் நூற்றாண்டிலே அதிகமாக உழைத்து வந்தன.

---

19 Society for promoting Christian knowledge.

20 College of Fort St. Georg.

21 The Madras School Book Society.

22 The S. India Christian School Book Society.

4. விஞ்ஞான நூல் வரலாறு

ஐரோப்பியரின் தொடர்பினால் தமிழ் மொழியில் உரைநடை நூல்களும் அச்சுப்புத்தகங்களும் ஏற்பட்டது போலவே, மற்றொரு வகை நூலும் உண்டாயிருக்கிறது. அதுதான் விஞ்ஞான நூல். நாம் விஞ்ஞான நூல் என்று சொல்லுவது பூகோள நூல், வான நூல், பிராணி நூல், க்ஷேத்திரக் கணிதம், தேசசரித்திரம், உடல் நூல் முதலியவைகளையே. ஐரோப்பியர் வருவதற்கு முன்னே இந்த விஞ்ஞான நூல்கள் (வான நூலைத் தவிர) தமிழ் மொழியிலும் ஏனைய இந்திய மொழிகளிலும் இருந்தனவில்லை. எவையேனும் இருந்தனவென்றால். அவை உண்மைக்கு மாறான கற்பனைக் கதைகளாகத்தான் இருந்திருக்கக்கூடும். பால், தயிர், நெய், கருப்பஞ் சாறு முதலான எழுவகைப் பொருள்களால் நிரம்பப்பெற்ற ஏழு கடல்கள் இருக்கின்றன என்பதும், சகரனுடைய பிள்ளைகள் தோண்டியபடியால் சாகரம் (கடல்) உண்டாயிற்றென்பதும், மலைகள் பண்டைக் காலத்திற் சிறகுகளைப் பெற்று ஆகாயத்தில் இங்கும் அங்கும் விருப்பம்போல் பறந்து திரிந்துகொண்டிருந்தபோது அவற்றின் சிறகுகளை இந்திரன் வெட்டி வீழ்த்தியபடியால் அவை பறக்க முடியாமல் பூமியிலே விழுந்து நகர முடியாமல் அங்கங்கே கிடக்கின்றன என்பதும், பூமியைப் பாய்போல் சுருட்டிக்கொண்டு போய் ஓர் அசுரன் கடலுக்குள் ஒளித்து வைத்தான் என்பதும், இவை போன்ற கற்பனைக் கதைகளுமே நம்முடைய பண்டைப் பூகோள நூல்கள். பூமியைச் சூரியன் சுற்றி வருகிறதென்பதும், இராகு கேது என்னும் பாம்புகள் சூரிய சந்திரர்களை ஒரு பகை காரணமாக விழுங்குவதால் சூரிய சந்திர கிரணங்கள் உண்டாகின்றன என்பதும், தக்கனுடைய சாபத்தினால் சந்திரன் தேய்வதும் சிவனுடைய அருளினால் அது வளர்வதும் நேரிடுகிறதென்பதும், இவை போன்ற வைகளுமே நமது பண்டைக்கால வான சாத்திரங்கள். மேகம் கடலில் மேய்ந்து தண்ணீரைக் குடித்து வானத்திற் சென்று மழையாகப் பெய்கிறதென்பதும், இந்திரனுடைய கோபத்தினால் இடி மின்னல்கள் உண்டாகின்றன என்பதும், இவை போன்ற கற்பனைகளுமே பண்டைக் கால இயற்கைச் சாத்திரங்கள்.

இத்தகைய கற்பனைக் கதைகளைப் படித்தும் கேட்டும் பண்டைக் கால மக்கள் உண்மையுணராமல் மூடத்தனத்தில் ஆழ்ந்திருந்தனர். ஐரோப்பியரின் தொடர்பு உண்டான பிறகு, பாதிரிமார்கள் பாட சாலைகளை அமைத்து, நமது நாட்டுச் சிறுவர் சிறுமிகளுக்கு ஐரோப்பிய வழக்கத்தைப் பின்பற்றிப் பாடங்களைப் போதிக்க முற் பட்ட பொழுது, எழுதல், படித்தல், கணக்குப்போடுதல் என்னும் மூன்றுடன் மட்டும் நில்லாமல், பூகோள நூல், வான நூல், இயற்கைப் பொருள் நூல், க்ஷேத்திரக் கணிதம், தேசசரித்திரம் முதலிய விஞ்ஞான நூல்களையும் கற்பிக்கத் தொடங்கினார்கள். பாடசாலைகளில் இத்தகைய விஞ்ஞான நூல்களைப் போதிக்கத் தொடங்கியபடியால், தமிழில் இந்நூல்கள் எழுதப்பட வேண்டிய அவசியம் ஏற்பட்டது. முதலில் பாதிரிமாரும் மிசனரிமாரும், பின்னர் அரசாங்கத்தாரும் விஞ்ஞான நூல்களைத் தமிழில் எழுதி அச்சிட்டும் பிறரை எழுதும் படி தூண்டியும் இச்செய்கையில் பேருதவி செய்திருக்கிறார்கள்.

இந்த விஞ்ஞான நூல்களும் சென்ற பத்தொன்பதாம் நூற்றாண்டிலே தான் தமிழில் எழுதப்பட்டன. இந்நூல்களின் முழுவரலாற்றினையும் கூறுவதற்குச் சான்றுகள் முற்றும் எமக்குக் கிடைக்கவில்லை. கிடைத்த சிலவற்றைக் கொண்டு ஒருவாறு கூற முற்படுகின்றோம்.

"சென்னைப் பாடசாலைப் புத்தகச் சங்கம்" என்னும் இச்சங்கம் ஏற்பட்டு, பாடசாலைப் புத்தகங்களையும் வேறு புத்தகங்களையும் எழுதி வெளியிட்டு வந்தது. இச்சங்கம் 1850-முதல் அதிகச் சுறுசுறுப்பாக வேலைசெய்யத் தொடங்கிற்று. இச்சங்கம் மதச் சார்பற்ற பொதுவான சங்கம். பாடசாலைப் புத்தகங்களை அச் சிட்டு உதவியதோடு பூகோளம், சரித்திரம் முதலிய விஞ்ஞான நூல்களையும் தமிழில் எழுதி வெளிப்படுத்தியது. தமிழில் புதிய நூல்களை எழுதுவோருக்கு நன்கொடையளித்து ஊக்கப்படுத்தியது இச்சங்கம். "இந்துதேச சரித்திரம்", "உலக சரித்திரம்", "பல தேச சரித்திரம்", "இராபின்சன் குரூசோ" முதலான நூல்கள் இச்சங்கத்தின் ஊக்கத்தினால் வெளிவந்தவை.

இதைத் தவிர, கிறித்துவ மதச் சார்பாக, "தென்னிந்தியக் கிறித்துவப் பாடசாலைப் புத்தகச் சங்கம்"[1] என்னும் சங்கம் 1854-இல் ஏற்படுத்தப்பட்டது. இன்னும், பாளையங்கோட்டை, நாகர்கோயில், நெய்யூர், யாழ்ப்பாணம் முதலிய ஊர்களிலும் கிறித்துவ மிசனரிமார், சென்ற 19-ஆம் நூற்றாண்டில் அச்சுக்கூடங்களை நிறுவி, விஞ்ஞான

1 The South Indian Christian School Book Society.

நூல்களையும் ஏனைய புத்தகங்களையும் அச்சிட்டு வெளிப்படுத்தி இருக்கிறார்கள். இவ்வாறு சென்ற நூற்றாண்டில் வெளிவந்த விஞ்ஞான நூல்களை யாம் அறிந்தவரையில் கீழே தருகிறோம்.

பூகோள நூல்

பூமி சாத்திரம்: இதை இரேனியுஸ் ஐயர் *1832*-இல் எழுதி சென்னையில் அச்சிட்டார். இதுதான் முதன் முதல் தமிழில் எழுதப் பட்ட பூகோள நூல் எனத் தெரிகிறது. கத்ரி[2] என்பவர் எழுதிய "ஆரம்பப் பூகோளம்"[3] என்னும் நூலை ஆதாரமாகக் கொண்டு இவர் இந்த நூலை எழுதினார்.

பூமி சாத்திரச் சுருக்கம் *(1846)*, பூமி சாத்திரக் குறிப்பு. இவ்விரண்டு நூல்களும் நாகர்கோயில் அச்சுக்கூடத்திற் பதிப்பிக்கப்பட்டன. பூமி சாத்திரப் பொழிப்பு இலங்கையிலும், பூமி சாத்திரப் பாடங்கள் புதுச்சேரியிலும் அச்சிடப்பட்டன. இவையன்றி, இன்னும் அநேக பூமி சாத்திர நூல்கள் சென்ற நூற்றாண்டில் ஏராளமாக வெளியிடப் பட்டன.

தேச சரித்திரக் கதைகள்

உலக சரித்திரம் *(1881)*, இங்கிலாந்து தேச சரித்திரம் *(1858)*, இந்து தேச சரித்திரம், பல தேச சரித்திரச் சுருக்கம், உரோம சரித்திரம்,[4] இவை சென்னைப் பாடசாலைப் புத்தகச் சங்கத்தாரால் வெளியிடப் பட்டவை.

பிரிட்டிஷ் தேச சரித்திரம் *(1855)*,[5] புராதனச் சரித்திரச் சுருக்கம்,[6] *(1851)* இவ்விரு புத்தகங்களும் ரெவரண்டு ஹாப்ஸ் என்பவரால் எழுதிப் பாளையங்கோட்டை அச்சுக் கூடத்தில் அச்சிடப்பட்டன.

உலக சரித்திர மாலை,[7] *(1830)* இது டாக்டர் ஷிமிட்[8] என்பவரால் எழுதப்பட்டுச் சென்னை சி.எம்.எஸ். அச்சுக் கூடத்திற் பதிப்பிக்கப் பட்டது.

---

2 Guthrie.

3 Grammar of Geography.

4 History of Rome.

5 History of Great Britain.

6 Ouline of Ancient History.

7 Outline of General History.

8 Dr. Schmid.

சாதாரண இதிகாசம்[9]: இஃது ஆர்னால்ட்[10] என்பவரால் எழுதப்பட்டு, 1858-இல் யாழ்ப்பாணத்து அமெரிக்கன் மிசன் அச்சுக் கூடத்திற் பதிப்பிக்கப்பட்டது. பூர்விக சரித்திரம்[11] ரெவரண்டு ஸார்ஜண்ட் என்பவரால் எழுதப்பட்ட இப்புத்தகம் 1850-இல் பாளையங்கோட்டையில் அச்சிடப்பட்டது.

இந்து சாதி விளக்கம் சார்ல்ஸ் சைமன் என்பவரால் எழுதி 1852-இல் சென்னையில் அச்சிடப்பட்டது.

க்ஷேத்திரக் கணிதம் முதலியன

வீச கணிதம்[12]: இது யாழ்ப்பாணத்தவரான காரல்[13] என்பவரால் 1855-இல் எழுதப்பட்டு, யாழ்ப்பாணத்தில் அச்சிற் பதிப்பிக்கப் பட்டது.

க்ஷேத்திரக் கணிதம்: இது பாளையங்கோட்டைச் சர்ச் மிசன் உயர்தரப் பாடசாலையின் தலைமையாசிரியராயிருந்த டேவிட் சாலமன் என்பவரால் எழுதப்பட்டது. 1859-இல் அச்சிடப்பட்டதாகத் தெரிகிறது.

க்ஷேத்திரக் கணிதம்[14] ஆங்கிலத்திலும் தமிழிலும் எழுதப்பட்ட இந்நூல் 1899-இல் சென்னையில் அச்சிடப்பட்டது. எச். ஹாலிம், எம்.டி. அடைக்கலம் என்பவர்களால் எழுதப்பட்டது.

இரண்டு புத்தகங்கள்[15] கனம் ஜி.யு. போப் ஐயரவர்களால் அச்சிற் பதிப்பிக்கப்பட்டன. இவை யாரால் தமிழில் மொழிபெயர்க்கப் பட்டன என்பது தெரியவில்லை.

க்ஷேத்திரக் கணிதம்[16]: இது ஸ்ப்ராட்[17] என்பவரால் பாளையங் கோட்டையில் அச்சிடப்பட்டது.

---

9 Universal History.

10 J.R. Arnold.

11 Early History of Egypt, Assyria, Etc.

12 Elementary Algebra.

13 D.L. Carroll.

14 English-Tamil Euclid.

15 Land's Geometry as an Art (1856) Land's Geometry as a Science (1857)

16 Geometry.

17 Rev. T. Spratt.

நில அளவை நூல்[18]: இஃது 1858-இல் அச்சிடப்பட்டது. மொழி பெயர்ப்பாளர் இன்னார் என்று தெரியவில்லை.

இயற்கைப் பொருள் நூல், பிராணி நூல் முதலியன

பலவகைத் திருட்டாந்தம்[19]: இது பொது அறிவு நூல். கனம் இரேனியுஸ் ஐயரால் எழுதிப் பாளையங்கோட்டை அச்சுக்கூடத்தில் அச்சிடப்பட்டது.

ஊர்திரி விலங்கியல் (1836-வருசம்)[20], வனவிலங்கியல்[21] மச்சவியல்: இவை நாகர்கோயில் அச்சுக்கூடத்தில் அச்சிடப்பட்டன.

நியாய இலக்கணம்: இந்தத் தர்க்க சாத்திரம் யாழ்ப் பாணத்தவரான வில்லியம் நெவின்ஸ்[22] என்பவரால் எழுதப்பட்டு, யாழ்ப்பாணத்தில் அச்சிடப்பட்டது.

அங்காதிபாதம்[23]: கிரீன்[24] என்பவர் எழுதியது; 1872-இல் யாழ்ப்பாணத்தில் அச்சிடப்பட்டது. அருமையான சிறந்த நூல்.

மருந்துச் சரக்குகளின் பெயர்[25]: இதுவும் கிரீன் என்பவர் எழுதியது; 1875-இல் நாகர்கோயில் அச்சுக்கூடத்தில் அச்சிடப்பட்டது.

இரசாயன முதல் நூல்[26] பவர் ஐயரால் எழுதப்பட்ட ரசாயன நூல். கெமிஸ்தம்[27]: கிரீன் வைத்தியர் இயற்றியது. 1875-ஆம் ஆண்டில் நாகர்கோயிலில் அச்சிடப்பட்டது. வான சாத்திரம், சுகரணவாதம், உற்பாலனம் என்னும் நூல்களும் யாழ்ப்பாணத்தில் அச்சிடப் பட்டன. தமிழில் எழுதப்பட்ட விஞ்ஞான நூல்களின் முழு விவரமும் எமக்குக் கிடைக்காதபடியால், எமக்குத் தெரிந்தவரையில் சுருக்கமாக எழுதப்பட்டது.

---

18 Bests' Surveying.

19 General Knowledge.

20 Domestic Animlas.

21 Wild Animals.

22 William Nevins.

23 Human Anatomy.

24 S.F. Green.

25 Vocabularies of Materia Medica and Pharmacy.

26 Elements of Chemistry.

27 Chemistry.

5. தமிழில் வழங்கும் ஐரோப்பியத் திசைச் சொற்கள்

வழக்காற்றிலுள்ள எல்லா மொழிகளிலும் அயல் நாட்டுத் திசைச் சொற்கள் கலந்துவிடுவது இயற்கை. இஃது எக்காலத்திலும் எல்லா நாட்டிலும் எல்லா மொழிகளிலும் ஏற்பட்டுவருகிறது. கி.மு.1015-ஆம் ஆண்டில் இருந்த சாலமன் என்னும் அரசன் காலத்திலும், அவனுக்கு முற்பட்ட காலத்திலும், துணி, தந்தம், குரங்கு, இஞ்சி, மிளகு, அரிசி, மயில், சந்தனக்கட்டை முதலிய பொருள்களின் பெயர்கள் தமிழ்ப் பெயராகவே எபிரேய[1] மொழியில் வழங்கி வந்ததை "பைபிள்" என்னும் விவிலிய நூலிற் காணலாம். அவ்விதமே, அரிசி, இஞ்சிவேர் போன்ற தமிழ்ச்சொற்கள் கிரீக்கு, இலத்தீன் என்னும் மொழிகளிற் சிதைந்து வழங்கி வந்ததையும் காண்கிறோம். பன்னூற்றாண்டுகளுக்கு முன்னே இந்தியாவுக்கு வந்த ஆரியர் பேசிய ஆரிய மொழியிலும் திராவிட மொழிச் சொற்கள் பல கலந்திருக்கின்றன என்று ஆராய்ச்சி வல்ல அறிவாளர்கள் சொல்லுகிறார்கள். ஆங்கில மொழியிலும் கறி, கட்டுமரம், மிளகுத்தண்ணீர், கூலி, வெற்றிலை முதலிய தமிழ்ச் சொற்கள் சிதைந்து வழங்கிவருகின்றன.

இவ்வாறே ஐரோப்பியத் திசைச் சொற்கள் சில தமிழில் வழங்கி வருகின்றன. இப்போது ஆங்கிலம் அரசாங்க மொழியாக இருப்பது பற்றியும், ஆங்கிலம் கற்றவர்க்கே அலுவல் கிடைக்கின்றமை பற்றியும், வணிகத் துறையிலும் ஆங்கிலமொழி வேண்டப்படுகிறது பற்றியும் நாம் ஆங்கிலம் கற்றுவருகிறோம். இவ்விதம் ஆங்கிலத் தொடர்புடைமைபற்றிச் சில ஆங்கிலச் சொற்கள் தமிழில், முதன்மை யாகப் பேச்சுவழக்கிற் பயின்றுவருகின்றன. அவற்றுட் சிலவற்றைக் கீழே தருகிறோம்: கவர்னர், கோர்ட்டு, ஆபீஸ், காப்பி, ரைட்டர், பட்லர், ஜட்ஜ், பேப்பர், பினல்கோடு, சம்மன், சாப்பு, மோட்டார், ஷர்ட்டு, கோட்டு, கம்பெனி, சர்ச்சு, மிசன், ரோட்டு, கமிட்டி, மீட்டிங்கு, டிராம்கார், சோப்பு முதலியன. இது நிற்க.

16-ஆம் நூற்றாண்டு முதல் நமது நாட்டில் வாணிகம் செய்துவந்த போர்ச்சுகீசியர், ஒல்லாந்தர், பிரெஞ்சுக்காரர் முதலிய ஐரோப்பிய

[1] Hebrew.

இனத்தாரின் மொழிச் சொற்களும் தமிழிற் கலந்திருக்கவேண்டும் அல்லவா? இதைப்பற்றி ஆராயுமிடத்துப் போர்ச்சுகீசியராகிய பறங்கியர் மொழிச் சொற்கள் தவிர, ஏனைய ஒல்லாந்து மொழிச் சொற்களும் பிரெஞ்சுமொழிச் சொற்களும் தமிழிற் கலந்து வழங்கிய தாகத் தெரியவில்லை. பிரெஞ்சு, ஒல்லாந்து, டேனிஷ் மொழிச் சொற்கள் மட்டும் தமிழிற் கலக்காமல், போர்ச்சுகீசு மொழிச் சொற்கள் மட்டும் தமிழிற் கலந்தது புதுமையாகத் தோன்றலாம். 16, 17, 18-ஆம் நூற்றாண்டுகளில் நமது தமிழ்நாட்டில் நான்கு ஐரோப்பிய இனத்தார் வந்திருந்து வாணிகம் செய்திருக்க, அந்நான்கு மொழிச் சொற்களும் தமிழில் திசைச் சொற்களாகக் கலக்காமல், போர்ச்சுகீசு மொழிச் சொற்கள் மட்டும் கலக்கவேண்டிய காரணம் என்ன? காரணம் இதுவாகும்: முதன்முதலில் நமது நாட்டிற்கு வந்த ஐரோப்பிய இனத்தார் போர்ச்சுகீசியராவர். அவர்களுக்குப் பிறகு தான் மற்ற ஐரோப்பியச் சாதியார் இங்கு வந்தனர். முதலில் வந்த போர்ச்சுகீசுச் சாதியார் நமது நாட்டினிற் சிலரைக் கிறித்தவராக்கி, அவர்களுக்குப் போர்ச்சுகீசு மொழியைக் கற்பித்தனர். அன்றியும், இவர்கள் தங்கள் கோட்டைகளைக் காப்பதற்காக அழைத்துவந்த சிப்பாய்களுக்கு இந்தியப் பெண்களைக் கலியாணம் செய்துவைத்தனர். இந்தக் கலப்பு மணத்தினாற் பிறந்த பிள்ளைகள் 'துப்பாசிகள்' என்னும் பெயருள்ள ஒரு தனி இனத்தாராக இருந்தனர். இந்தத் துப்பாசிகள் போர்ச்சுகீசு மொழியைத் தங்கள் தாய்மொழியாகப் பேசி வந்தனர். (இப்பொழுது இந்தியர்களுக்கும் ஆங்கிலேயருக்கும் பிறந்த பிள்ளைகள் 'ஆங்கிலோ இந்தியர்' என்னும் பெயர்பெற்று, ஆங்கில மொழியைத் தாய்மொழியாகக் கொண்டிருப்பதுபோல, போர்ச்சுகீசி யருக்கும் இந்தியருக்கும் பிறந்த துப்பாசி என்னும் வகுப்பார் போர்ச்சுகீசு மொழியைத் தாய் மொழியாகப் பேசிவந்தனர்.) போர்ச்சுகீசியருக்குப் பிறகு நமது நாட்டிற்கு வந்த மற்ற ஐரோப் பியரும் போர்ச்சுகீசு மொழியையே அக்காலத்தில் இந்தியாவில் பொதுமொழியாகப் பேசிவந்தார்கள். ஐரோப்பிய வர்த்தகர் எல் லோரும் போர்ச்சுகீசு மொழியைப் பொது மொழியாக வழங்கி வந்ததுபற்றி, வாணிகத்தின் பொருட்டும் பிற காரணத்தின் பொருட்டும் அவர்களுடன் பழகிய தமிழரும் அம்மொழியை அக்காலத்திற் கற்கவேண்டியது கட்டாயமாயிற்று. இவ்வாறு முந்நூறு ஆண்டுகளாக நமது நாட்டிற் போர்ச்சுகீசு மொழி ஒருவகையிற் பொதுமொழியாக வழங்கிவந்தபடியால், அம்மொழிச் சொற்கள் மட்டும் தமிழிற் கலக்க, மற்ற ஐரோப்பிய மொழிச் சொற்கள் கலக்க இடமில்லாதபடி போயின. போர்ச்சுகீசு மொழிச் சொற்கள் சில

தமிழில் வழங்குவதற்கு இதுவே காரணமாகும். தமிழில் வழங்கும் போர்ச்சுகீசுத் திசைச்சொற்கள் இன்னின்னவை என்பதை ஆராய்ந்து யாழ்ப்பாணத்து நல்லூர் உயர்திரு. ஞானப்பிரகாச சுவாமிகள், O.M.I., ஆங்கிலப் பத்திரிகையொன்றில்[2] ஒரு கட்டுரை எழுதியிருக்கிறார்கள். சுவாமிகளின் உத்தரவு பெற்று அக்கட்டுரையிலிருந்து தமிழில் வழங்கும் பறங்கிச் சொற்கள் சிலவற்றைக் கீழே தருகிறோம்.

அன்னாசி அல்லது அன்னதாழை, கொய்யா, பப்பாய் (பப்பளி), வாத்து, குசினி, பீங்கான், கோப்பை, விசுக்கோத்து,[3] அரக்கு,[4] கமிசு, சப்பாத்து, பாப்பூசு, பொத்தான், அலுப்புநேத்தி, மேசை, கதிரை[5] வாங்கு,[6] புனல்,[7] கடுதாசி, பேனா, கிராதி, விராந்தை,[8] சிமேந்து[9] பீப்பா, மேஸ்திரி, கப்பித்தான், ஆயா (செவிலித்தாய்)[10] பாதிரி, விசுப்பு[11] பாப்பு[12] பட்டாளம், துருப்பு, சிப்பாய், துப்பாக்கி, வயினாத்து,[13] கும்பாசு, நங்கூரம், சாவி, ஏலம், ரசீது, ஆசுபத்திரி, இஸ்கூல், கும்பாதிரி,[14] கும்மாதிரி,[15] விவிலியம்,[16] பட்டாசு, சன்னல் முதலியன.

உயர்திரு. ஞானப்பிரகாச சுவாமிகள் ஆராய்ந்தெழுதிய பறங்கிச் சொற்கள் அத்தனையும் இங்குக் காட்டப்படவில்லை. அவர்கள் எழுதியவற்றில் ஒரு சிலவற்றைமட்டும் மேலே குறிப்பிட்டோம்.

2   Portuguese in Tamil by Rev. S. Gnanaprakasar, O.M.I., in ceylon Antiquary and Literary Register Vol. V. Part ii. page 70.
3   Biscuit.
4   Arrack.
5   Chair.
6   Bench.
7   Funnel.
8   Veranda.
9   Cement.
10   Nurse.
11   Bishop.
12   Pope.
13   Bayonet.
14   God father.
15   God mother.
16   Bible.

தமிழில் வழங்கும் எல்லாப் பறங்கிச் சொற்களையும் அறிய விரும்புவோர் மேலே சொன்ன ஆங்கிலப்பத்திரிகையைப் பார்த்து அறிந்துகொள்ளலாம். அப் பறங்கித் திசைச்சொற்களிற் சில மட்டும் எல்லாத் தமிழர்களாலும் வழங்கப்படுகின்றன. சில சொற்கள் கிறித்துவத் தமிழர்களால் வழங்கப்படுகின்றன. மற்றுஞ் சில இலங்கைத் தமிழர்களிடையே வழங்குகின்றன. அவற்றில் இப் போது வழக்கொழிந்தனவும் சில உண்டு.

6. செய்தித்தாள் முதலிய வெளியீடுகள்

செய்தித்தாள்கள், கிழமைத்தாள், திங்கள்தாள் முதலிய வெளியீடுகள் முதன்முதல் ஐரோப்பாவில் தோன்றின. பிறகுதான் ஏனைய நாடுகளில் இவை பரவின. தமிழ்நாட்டில், "மிசன்" என்னும் கிறித்துவப் பிரசார சங்கங்களின் மூலமாக, முதல் முதல் செய்தித் தாள்கள் வெளிப்படலாயின. சென்ற 19-ஆம் நூற்றாண்டில், அஃதாவது 1831-ஆம் ஆண்டில், முதன் முதல் ஒரு திங்கள்தாள் வெளிவந்தது. இதுதான் தமிழ்நாட்டில் தோன்றிய முதல்தாள் எனத் தோன்றுகிறது. அதுமுதல் பல தாள்கள் தோன்றி உலாவிவருகின்றன. சென்ற நூற்றாண்டில், தமிழ்நாட்டில் உலாவிய தாள்களின் சுருக்கமான வரலாற்றை எமது ஆராய்ச்சிக்கு எட்டிய வரையிற் கீழே தருகிறோம்.

தமிழ்த்தாள்[1] என்னும் பெயருள்ள ஒருமாத வெளியீடு.

1831-முதல் "சென்னை மதத் துண்டுப் பிரசுரக் கழகம்"[2] என்னும் சங்கத்தாரால் சென்னையில் வெளியிடப்பட்டது. இத்தாளின் தமிழ்ப் பெயர் யாதென்று திட்டமாகத் தெரியவில்லை. இதுதான் தமிழில் முதன் முதல் வெளிவந்த மாதத்தாள் எனத் தோன்றுகிறது. இஃது 1846-ஆம் ஆண்டுவரையில் நடைபெற்று வந்தது. பிறகு மேற்படி ஆண்டில் மாதம் இருமுறை வெளியீடாக மாற்றப்பட்டது. ஆனால், ஆறு மாதத்திற்குப் பின்னர் நிறுத்தப்பட்டது.

சுவிசேச பிரபல விளக்கம் என்பது ஒரு மாத வெளியீடு. 1840-முதல் திருவாங்கூரைச் சேர்ந்த நாகர்கோயில் என்னுமிடத்திலிருந்த பிரசார சபையரால் வெளியிடப்பட்டது. இதே ஆண்டில், *நற் போதகம்* என்னும் மாத வெளியீடு, திருநெல்வேலியைச் சேர்ந்த பாளையங்கோட்டைப் பிரசார சபையாரால் வெளியிடப்பட்டது. இதே ஆண்டில், *பால தீபிகை* என்னும் தாள் சிறுவருக்காக நாகர் கோயிற் பிரசார சபையரால் வெளியிடப்பட்டது. மூன்று மாதத்திற்

1 Tamil Magazine.

2 The Madras Religious Tract Society.

கொருமுறையாக வெளியிடப்பட்ட இஃது 1852-ஆம் ஆண்டு வரையில் நடைபெற்று வந்தது.

சன சினேகன் என்னும் தாள் 1841-முதல் சென்னையில் நடைபெற்று வந்ததாகத் தெரிகிறது. இது செய்தித்தாள் என்று மட்டும் தெரிகிறதேயன்றி, யாரால் வெளியிடப்பட்டதென்று தெரிய வில்லை. இது மாதமிருமுறை வெளியீடாக நிலவிநின்றது. 1847-இல் திராவிட தீபிகை என்னும் தாள் வெளிப்படத் தொடங்கிற்று, இஃது யாரால் வெளிப்பட்டதென்றும், மாத வெளியீடா, கிழமை வெளியீடா என்றும் தெரியவில்லை.

உதய தாரகை யாழ்ப்பாணத்து அமெரிக்கன் மிசன் சார்பாக 1841-ஆம் ஆண்டு முதல் வெளிவருகிற மாதத்தாள். இதில் ஆங்கிலத்திலும் தமிழிலும் கட்டுரைகள் எழுதப்பட்டு வருகின்றன. ஆங்கிலப் பகுதிக்கு என்ரி மார்டின் என்பவரும், தமிழ்ப் பகுதிக்குச் செத் பேசன்[3] என்பவரும் முதன்முதல் இதழாசிரியர்களாக இருந்தனர். இத்தாள் இன்றும் நடைபெற்றுவருகிறது.

சிறுபிள்ளையின் நேசத்தோழன் என்னும் தாள் சிறுவர்களின் பொருட்டு 1849-ஆம் ஆண்டு முதல் பாளையங்கோட்டைப் பிரசார சபையாரால் வெளியிடப்பட்டு வந்தது.

தினவர்த்தமானி என்னும் செய்தித்தாளைப் பெர்ஸிவல் ஐயர் சென்னையில் 1856-முதல் பல ஆண்டுகளாக நடத்தி வந்தார். இது கிழமைத் தாள். ராவ்பகதூர் சி. வை. தாமோதரம் பிள்ளை அவர்கள் இத்தாளின் ஆசிரியராகச் சிறிது காலம் இருந்தார்கள்.

ஜில்லா கெஜட்டு[4] என்னும் வார வெளியீடு 1856 முதல் சென்னை அரசாங்கத்தாரால் வெளியிடப்படுகிறது. சென்னை, செங்கல்பட்டு, ஆர்க்காடு, தஞ்சை, திருச்சி, மதுரை, திருநெல்வேலி, கோயம்புத்தூர், சேலம் முதலிய தமிழ்க் கோட்டங்களின் பொருட்டு இது தமிழில் வெளியிடப்படுகிறது.

மிசன்பாடசாலைத்தாள்[5] என்னும் மாத வெளியீடு தென் இந்தியக் கிறித்தவப் பாடசாலைப் புத்தகச் சங்கத்தாரால் 1858 முதல் நடைபெற்றுவந்தது.

---

3 Seth payson.

4 District Gazette.

5 The Mission School Magazine.

பாலியர் நேசன் மாணாக்கரின் பொருட்டு 1859 முதல் யாழ்ப் பாணத்தில் நடைபெற்றுவந்தது.

தேசோபகாரி திருவாங்கூரைச் சேர்ந்த நெய்யூர்ப் பிரசார சபையரால் 1861-முதல் நடைபெற்றுவந்தது. இது சித்திரப் படங் களுடன் கூடிய மாதத்தாள். இஃது இந்துக்கள், கிறித்துவர் என்னும் இருதிறத்தாருக்கும் பயன்படும்படி நடத்தப்பட்டு வந்தது.

அருணோதயம் இது 1863 முதல் லூத்தரன் மிஷன் சங்கத்தாரால் நடத்தப்பட்டுவந்தது. இந்த ஆண்டிலேயே சுவிசேஷ தூதிகை என்னும் தமிழ்த்தாள் நாகர்கோயிலிலிருந்து வெளிவந்தது.

தத்துவ போதினி: சென்னை வேத சமாஜம் என்னும் இந்துமதப் பிரசார சபையாரால் 1864-இல் தொடங்கப்பட்டது. முதலில் மத சம்பந்தமான கட்டுரைகள் இதில் எழுதப்பட்டன. பிறகு, இலக்கியம், உலகச்செய்தி முதலியவை சம்பந்தமான கட்டுரைகள் எழுதப்பட்டன.

விவேக விளக்கம்: இந்துக்களால் 1895 முதல் நடைபெற்று வந்தது. இதில் மத சம்பந்தமான கட்டுரைகள் வெளிவந்தன. பிரம்ம சமாஜத்தை ஆதரித்தும் வைதீகர்களைத் தாக்கியும் இதிற் கட்டுரைகள் வெளியிடப்பட்டன.

அமிர்த வசனி: இந்துப் பெண்மக்களின் பொருட்டுச் சென்னையில் 1895 முதல் வெளிவந்த மாத வெளியீடு சித்திரப் படங்களோடு கூடியது.

கத்தோலிக் பாதுகாவலன்: இஃது இலங்கையிற் கத்தோலிக் கிறித்துவ மதத்திற்கு அத்தியட்சகராய் இருந்த டாக்டர் கிறிஸ்றோபர் பொன்ஜீன் என்பவரால் 1876-இல் தொடங்கப்பட்ட மாத இருமுறை வெளியீடு. இதில் தமிழ், ஆங்கிலம் என்னும் இரண்டு மொழிகளிற் கட்டுரைகள் எழுதப்பட்டன. 1877-இல் இலங்கை கத்தோலிக்க சபையார் இத்தாளின் பொறுப்பை ஏற்று நடத்தி வந்தார்கள். 1878 முதல் இது கிழமைத்தாளாக மாற்றப்பட்டது. பிரான்ஸிஸ் தம்பு என்பவர் இத்தாளின் ஆசிரியராக 30 ஆண்டுகள் இருந்தார்.

சத்திய வேதக்கொடி: 1882-இல் தொடங்கப்பட்ட மாத வெளியீடு. தீர்க்க தரிசன வர்த்தமானி 1884-இல் தொடங்கப்பட்ட மூன்று மாதத்திற் கொருமுறை வெளியீடு. தீர்க்கதரிசன சுப்பிர தீபிகை 1889 முதல் வெளிவந்த மாத வெளியீடு.

கிறித்தவன்: இது 1890 முதல் வெளிவந்த மாதத் தாள். இத்தாள்கள் மாசிலாமணி என்பவரால் நாகர்கோயிலில் நடத்தப்பட்டது.

7. சில பழமொழிகள்

தமிழர் பேசும்போது இடைஇடையே பழமொழிகளைக் கையாளுவதில் விருப்பமுடையவர். ஆயிரக்கணக்கான பழமொழிகள் தமிழில் உண்டு. தமிழரின் வழக்கவொழுக்க நடை யுடை பாவனை களைப் பற்றிய பழமொழிகள் ஒருபுறமிருக்க, தமிழ்நாட்டில் இருந்தனவும் இருக்கின்றனவுமான சமயங்களைப் பற்றியும், சாதி களைப் பற்றியும் பழமொழிகளும் உண்டு. 'திகம்பர சந்நியாசிக்கு வண்ணான் உறவு ஏன்?', 'சமணன் கைச் சீலைப் பேனைப் போல' என்பவை போன்ற பழமொழிகள் தமிழ்நாட்டில் சமண மதம் சிறந்தோங்கியிருந்த காலத்தில் உண்டான பழமொழிகளாகும், 'டில்லிக்கு ராசாவானாலும் தல்லிக்குப் பிட்டா', 'மரியாதை கெட்டால் மாலவாடு', 'காது காது என்றால் நாதி நாதி என்கிறான்' என்பன போன்றவை தமிழ்நாட்டில் வடுகர் தொடர்புண்டான பிறகு ஏற்பட்ட பழமொழிகள். 'காகம் இல்லாத ஊர் சோனகன் இல்லாத ஊர்', 'நவாப் அத்தனை ஏழை புலியத்தனை சாது', 'துலுக்கத் தெருவில் தேவாரம் ஓதினது போல', 'நிஜாமாலி தண்டிலே நிஜார்காரனைக் கண்டாயா?' என்பவை போன்ற பழமொழிகள் தமிழ்நாட்டில் முகம்மதியரின் தொடர்பு ஏற்பட்ட பின்னர் உண்டானவை. அது போலவே, ஐரோப்பியரும் கிறித்துவ மதமும் தமிழ்நாட்டில் வந்த பிறகு, ஐரோப்பியரைப் பற்றியும் கிறித்துவ மதம் பற்றியும் சில பழமொழிகள் தமிழில் வழங்கிவருகின்றன. அவை வருமாறு:-

1. உடுத்திக் கெட்டான் வெள்ளைக்காரன், உண்டு கெட்டான் சோனகன், புதைத்துக் கெட்டான் தமிழன்.
2. உன் சமர்த்திலே குண்டு பாயாது.
3. ஊசியின் காதிலே ஒட்டகம் நுழையுமா?
4. எத்தனைதரம் சொன்னாலும் பறங்கி வெற்றிலை தின்னான்.
5. ஒரு குண்டிலே கோட்டை பிடிக்கலாமா?
6. ஒரு சுருட்டுப் பத்து நாள் பிடிப்பான்.

7. குண்டுபட்டுச் சாகாதவன் வண்டு கடித்துச் செத்தானாம்.

8. குண்டு போனவிடத்தில் குருவி நேர்ந்தது.

9. குண்டுமில்லாமல் மருந்துமில்லாமல் குருவி சுடலாமா?

10. தண்ட சோற்றுக்காரா, குண்டு போட்டால் வாடா.

11. தண்டுக்கு ரொட்டி சுட்டுப் போடுகிறவள்.

12. தாடி பற்றிக் கொண்டு எரியச்சே சுருட்டுக்கு நெருப்புக் கேட்கிறான்.

13. தீர்க்கதரிசி பீங்கான் திருடி.

14. துப்பாக்கியிலே பீரங்கி பறந்தது போல.

15. பங்காளி வீடு வேகிறபோது சுங்கான்கொண்டு தண்ணீர் விடு.

16. ராங்கி[1] மிஞ்சி ரூம்[2] தேடுகிறது; ஆக்கிப்போட ஆள்தேடுகிறது.

தமிழ்நாட்டில் வழங்கிவந்த பழமொழிகளில் நானூறு பழ மொழிகளை மட்டுந் திரட்டி, சுமார் ஆயிரத்திருநூறு ஆண்டுகளுக்கு முன்னே, முன்றுறையரையர் என்னும் சமண சமயத்தைச் சேர்ந்த ஆசிரியர் பழமொழி நானூறு என்னும் பெயருடன் வெண்பா யாப்பில் ஒரு நூல் இயற்றினார். அவருக்குப் பிறகு, புதியன புதியனவாகப் பன்னூற்றுக் கணக்காகப் பழமொழிகள் தமிழில் உண்டாகி வழங்கி வருகின்றன. அவற்றையெல்லாம் ஒருங்கு திரட்டிப் புத்தகமாக அமைக்க ஒருவரும் முற்பட்டிலர். சென்ற நூற்றாண்டில், யாழ்ப் பாணத்திலும், பிறகு சென்னையிலும் வாழ்ந்திருந்த பீட்டர் பெர்ஸிவல் ஐயர் என்னும் பாதிரியார் தமிழில் வழங்கும் பழமொழிகளையெல்லாம் திரட்டி அச்சிற் பதிப்பித்த செய்தி இங்குக் குறிப்பிடத்தக்கது. இப்புத்தகத்தில் 1873 பழமொழிகள் திரட்டிச் சேர்க்கப்பட்டன. இப்புத்தகம் 1843-ஆம் ஆண்டில் யாழ்ப்பாணப் புத்தகச் சங்கத்தாரால் அச்சிடப்பட்டது. "பழமொழி நானூறு"க்குப் பிறகு, புத்தக உருவ மாகத் தொகுத்தெழுதப்பட்ட பழமொழி நூல் இதுவே. இதற்குப் பிறகு, சிலர் தமிழ்ப் பழமொழிகளைத் திரட்டி அச்சிட்டிருக்கிறார்கள்.

---

[1] Rank.

[2] Room.

8. தமிழறிந்த ஐரோப்பியர்

1. தத்துவ போதக சுவாமி (1577-1656)

(Robert De Nobili)

தத்துவ போதக சுவாமி இத்தாலி தேசத்தைச் சேர்ந்த தஸ்கனி மாகாணத்தின் ஓர் உயர்ந்த பிரபுக் குடும்பத்திற் பிறந்தவர். நேப்பில்ஸ் நகரத்திலிருந்த ஏசுவின் சபையிற் சமயக் கல்வி பயின்று, பின்னர் 1606-இல் தமிழ்நாட்டிற்கு வந்தார். இவர் தமிழ்நாட்டிற்கு வந்த நோக்கம் யாதென்றால், தமிழ்நாட்டு "உயர்குல" இந்துக்களைக் கிறித்துவ மதத்தில் திருப்ப வேண்டும் என்பதே. அதன்பொருட்டு, மானைக்காட்டி மானைப் பிடிப்பதுபோல, இவர் தமது நடையுடை பாவனைகளை முழுவதும் மாற்றிக்கொண்டு, இந்துத் துறவிக்கோலந் தரித்து வாழ்ந்துவந்தார். புலாலுணவை நீக்கி, "சைவ" உணவை ஒரே வேளை உண்டுவந்தார். நெற்றியிற் சந்தனம் அணிவார். மார்பிற் பூணூல் தரித்துக்கொள்வார். ஐந்து புரியாக அமைக்கப்பட்டிருந்த அப்பூணூலில் மூன்று புரிகள் பொன்னாலானவை; மற்ற இரண்டு புரிகளும் வெள்ளியாலானவை. மூன்று பொற் புரிகளும் கிறித்தவர் களின் மும்மூர்த்திகளைக் குறிப்பன என்றும், இரண்டு வெள்ளிப் புரிகளும் இயேசு கிறிஸ்துவின் உடலையும் உயிரையும் குறிப்பன என்றும் இவர் தத்துவார்த்தம் சொல்வார். அப்பூணூலில் சிலுவை யொன்று கட்டித் தொங்கவிட்டிருந்தார். ராபர்ட்-டி-நொபிலி என்னும் தமது பெயரை மாற்றி, "தத்துவ போதகர்" என்று வைத்துக் கொண்டார். மதுரையிலிருந்த பார்ப்பனர், இவர் தாம் பிராமணர் என்று சொல்லியதில் நம்பிக்கை கொள்ளாத போது, பழைமையான ஓலையில் சமஸ்கிருத மொழியில் தாமே ஒரு சாசனம் எழுதிக் கொண்டு, உரோமாபுரியிலுள்ள ஏசுவின் சபைக் குருக்கள்மார் இந்து தேசத்துப் பிராமணர்களைப் பார்க்கிலும் பூர்வீகப் பிராமணர்கள் என்று காண்பித்து, அவர்களை நம்பச்செய்தார்.

தத்துவ போதக சுவாமி மதுரையில் வாழ்ந்துவந்தார். தமிழ், சமஸ்கிருதம் என்னும் மொழிகளைக் கற்றுத் தேர்ந்து, அவ்விருமொழி களிலும் நன்றாகப் பேசவும், சொற்பொழிவு நிகழ்த்தவும், நூல் இயற்றவும் வல்லவராயிருந்தார். இவருடைய போதனைகளைக் கேட்க நாள்தோறும் பெருந்திரளான மக்கள் இவரிடம் வருவார்கள். சம்ஸ்கிருத மொழியில் தேர்ந்தவராகையால், கிறித்துமதச் சார்பாகச் சில சுலோகங்களை எழுதிவைத்துக்கொண்டு, அவை ஏசுரவேதம் என்பதாகவும், கடவுளாற் செய்யப்பட்டன என்பதாகவும், ஐந்தாம் வேதமாகிய அதனை உரோமாபுரியிலிருந்து தாம் கொண்டு வந்ததாகவும் சொல்ல, அதனைப் பிராமணர் முதலாக எல்லோரும் உண்மை என்றே நம்பிவந்தனர். இவர் இவ்வாறெல்லாம் கோலத்தை மாற்றியதும், மாறுபாடான சில காரியங்களைச் செய்ததும் சுயநலத்தின் பொருட்டன்று. தாம் உண்மை மதம் என்று நம்பிய கிறித்துவ மதத்தில், இந்துக்களைச் சேர்த்து, அவர்களையும் உய்விக்க வேண்டும் என்னும் நன்னோக்கம்பற்றியே. "யான் பெற்ற இன்பம் பெறுக இவ்வையகம்" என்பது ஆன்றோரின் கொள்கையன்றோ? இவ்விதம் இவர் மதுரையில் வாழ்ந்திருந்த காலத்தில், இவரைப் பற்றிக் கேள்வியுற்ற மதுரை நாயக்க மன்னன் இவரைத் தன் அரண்மனைக்கு அழைத்தான். ஆனால், இவர் அங்குச் செல்ல மறுத்துவிட்டார்.

தத்துவ போதக சுவாமி அனேக பிராமணர்களையும் "உயர்குல" இந்துக்களையும் கிறித்தவராக்கினார். ஆனால், மதம் மாறிய அவர்கள் சந்தனம் அணிதல், பூணூல் தரித்தல், குடுமி வளர்த்தல் முதலிய இந்துக்களின் வழக்கங்களை விடவில்லை; இவரும் அவற்றை விடும் படி சொல்லவில்லை. இதைக் கண்டு மற்ற கிறித்தவ மதபோதகர்கள் இவருடைய செய்கையைக் கண்டித்து, கொச்சியில் இருந்த கிறித்தவ மத மேலதிகாரிக்குத் தெரிவித்துக்கொண்டார்கள். அந்த அதிகாரி இவரை அழைத்து உசாவுதல் செய்தார். இந்த உசாவுதல் பல ஆண்டுவரையில் நடைபெற்றது. கடைசியாக, உரோமாபுரியில் உள்ள போப் என்னும் மதத் தலைவர் இவர் செய்தது தவறல்ல என்று தீர்ப்பளித்தார். ஆயினும், இந்த உசாவுதலின் பயனாக, இவரது பிற் கால வாழ்க்கை துன்பமாக முடிந்தது.

தத்துவ போதக சுவாமி மேற்சொன்ன உசாவுதலின் பொருட்டு அடிக்கடி கொச்சிக்குப் போவதும் வருவதுமாக இருந்த காலத்தில், மதுரையில் இருந்த இந்துக்களுக்கு இவரது உண்மை நிலை தெரிந்துவிட்டது. இவரும் பறங்கியர்தாம் என்று அவர்கள் நன்றாகத் தெரிந்துகொண்டார்கள். அக்காலத்தில் இந்துக்கள் பறங்கியரையும்

ஏனைய ஐரோப்பியரையும் இழிந்தவராகக் கருதி, அவர்களைப் பஞ் சமர் போல ஒதுக்கி வெறுத்துவந்தார்கள். தத்துவ போதக சுவாமியும் பறங்கியர்தாம் என்று தெரிந்தபோது, அவரையும் இழிந்தவராகக் கருதிப் புறக்கணிக்கத் தொடங்கினார்கள். மதுரையில் அவருக்கிருந்த செல்வாக்கு நாளுக்கு நாள் குறைந்துவிட்டது. அவருடைய போதனைகளைக் கேட்க மக்கள் அவரிடம் செல்லவில்லை. ஆகவே, அவர் அந்நகரை விட்டுப் புறப்பட்டுத் திருச்சிராப்பள்ளி, சேலம் முதலிய இடங்களுக்குச் சென்று, சிற்றூர்கள்தோறும் கிறித்துவ மதபோதனை செய்து வந்தார். இவர் துறைமங்கலம் சிவப்பிரகாச சுவாமியுடன் சமயவாதம் செய்ததாகச் சொல்லுகிறார்கள்.

இவ்வாறு இவர் 42 ஆண்டுகள் தமிழ்நாட்டிற் சமய போதனை செய்துவந்தார். முதுமையில் இவருக்குக் கண் பார்வை குறைந்து விட்டது. பிறகு, இலங்கைக்குச் சென்று அங்குச் சில காலம் தங்கி யிருந்த பின்பு, மீண்டும் தமிழ்நாட்டிற்கு வந்து, சென்னைக்கு அடுத்த மயிலாப்பூரில் உள்ள தோமையார் ஆலயத்துக்கு அருகில், ஒரு சிறு வீடு அமைத்துக்கொண்டு அதில் வாழ்ந்துவந்தார். கடைசியாக முதிர்ந்த வயதில், கி.பி. 1656 வருசம் பிப்ரவரி மாதம் 16-ஆம் திகதி காலமானார்.

செல்வம் படைத்த பிரபுக் குடும்பத்திற் பிறந்தும், அச்செல்வப் பயனைத் துய்த்துக்கொண்டிராமல், தாய் நாட்டைவிட்டு நெடுந் தூரத்திலிருக்குந் தமிழ்நாடு போந்து தமது வாழ்நாள் முழுவதையும் சமயவூழியஞ் செய்வதிற் கழித்துப் பல இடர்ப்பாடுற்ற இப் பெரியாரின் ஊக்கமும் மதப்பற்றும் போற்றற்பாலது.

இவர் தமிழில் சொற்பொழிவு ஆற்றுவதிலும், நூல் இயற்று வதிலும் வல்லவர். பல தமிழ் உரைநடை நூல்களை இவர் எழுதி யிருக்கிறார். இவர் தமிழில் இயற்றிய நூல்கள் எல்லாம் உரை நடையே; செய்யுள் ஒன்றேனும் இல்லை. இவர் காலத்தில் தமிழ் நாட்டில் அச்சுப்பொறி இல்லாமையால் இவருடைய நூல்கள் அச்சிடப் படாமற் போனபடியாலும், நூல்களைப் போற்றுவார் இல்லாக் குறையினாலும், இவருடைய நூல்கள் பெரும்பாலும் மறைந்து விட்டன. இவரியற்றிய நூல்களாவன:

1. ஞானோபதேச காண்டம் 2. மந்திர மாலை 3. ஆத்தும நிர்ணயம் 4. தூஷண திக்காரம் 5. சத்திய வேத லக்ஷணம் 6. சகுண நிவாரணம் 7. பரம சூட்சுமாபிப் பிராயம் 8. கடவுணிருணயம் 9. புனர் ஜென்ம ஆட்சேபம் 10. நித்திய ஜீவன் சல்லாபம் 11. தத்துவக் கண்ணாடி

12. ஏசுநாதர் சரித்திரம் 13. தவசுச் சதம் 14. ஞானதீபிகை 15. நீதிச் சொல் 16. அநித்திய நித்திய வித்தியாசம் 17. பிரபஞ்ச விரோத வித்தியாசம் 18. தமிழ் போர்ச்சுகீச அகராதி.

தத்துவ போதக சுவாமியின் உரைநடையைக் காட்டும் பொருட்டு, அவர் இயற்றிய "ஞானோபதேச காண்ட"த்திலிருந்து இரண்டு பகுதி களைக் கீழே தருகிறோம்.

"இதிலே அவசியமா யறியவேண்டிய வொரு விசேஷ முண்டு. அதேதென்றாற் காரணமானது காரியத்துக்கு[1] நன்மையெல்லாங் கொடுக்கின்ற தென்கிறது. காரியத்தைக் காரணமான துண்டாக்குகிற தென்று சொல்லப்படும். காரணத்திலே கொடுக்கப்படுகிற நன்மை காரியத்திலே இரண்டுவகையா யிருக்கலாம். ஒருவகையாவது : காரியத்திலே யிருக்கிறதெல்லாங் காரணத்திலே சரியாயிருக்கிறது. இந்த வகையிலே அக்கினி அக்கினியைச் செனிப்பிக்கும். சிங்கத்தைச் சிங்கமானது பிறப்பிக்கும். மனுஷனும் மனுஷனைப் பிறப்பிப்பான். இப்படிப்பட்ட காரண காரியத்தை விசாரிக்கும் போது காரணத்திலே இருக்கிற நன்மையெல்லாங் காரியத்திலே சரியாயிருக்கிற தொழிய ஏற்றக் குறைச்சலா யிராது. இப்படிப்பட்ட காரண காரியத்தை[2] அனுரூப காரணமென்றும்[3] அனுரூப காரியமென்றுஞ் சொல்லத்தகும்."

"இப்படிப்பட்ட காரண காரியவகை தவிர வேறொரு காரண காரிய வகையுண்டு. அதை விசாரிக்குமிடத்திற் காரணத்திலே யிருக்கிற சுபாவமுஞ் சுபாவத்துக் கடுத்த எல்லா நன்மைகளுங் காரியத்திலே யிராமற் காரணத்திலேயிருக்கிற நன்மைகளுக்குள்ளே யாதாமென்று காரியத்திலே யிருக்கும். அதெப்படி யென்றால், சிற்பாசாரியானவ னொருவிக்கிரகத்தை யுண்டாக்கினான்; குலாலனா னவன் கலச பாத்திரத்தை வனைந்தான்; பூமியினுள்ளே விளைகிற மாணிக்கங் களுடைய வொளிக்குச் சூரியனானது காரணமாயிருக்கிறது. இந்த வகையுள்ள காரண காரியத்தைப் பார்க்கும்பொழுது காரணமாகிற சிற்பாசாரியிடத்திலே யிருக்கிற புத்தி பெல முதலான நன்மைகள் காரியமாகிற விக்கிரகத்திலேயிராமற் புத்திக்குள்ளேயிருக்கிற நன்மை யாகிற ரூபம் விக்கிரகத்திலே யிருக்கிறதொழியச் சிற்பாசாரிக்

---

[1] நன்மை - Virtue.

[2] அனுரூப காரணம்அக்கினி, அக்கினியையும், சிங்கம் சிங்கத்தையும் பிறப்பிப்பது போன்றது.

[3] அனுரூப காரியம் காரணத்துக்குள்ள குணமெல்லாம்கொண்டிருப்பது.

குண்டான மற்ற நன்மையெல்லாம் விக்கிரகத்திலே யிராது. குலால னிடத்திலேயிருக்கிற சாமர்த்திய முதலான நன்மைகள் பாத்திரத்திலே யிராமற் குலாலன் புத்திக்குள்ளேயிருக்கிற பாத்திர ரூபம் கலசத்திலே யிருக்குமேயொழிய மற்றப்படியல்ல. இத்தன்மையாகச் சூரியனிடத் திலேயிருக்கிற பலபல வகையுள்ள பலங்கள் மாணிக்கத் திடத்திலே யிராமல் ஒளி மாத்திரம் காணப்படும். ஆனபடியினாலே யிப்படிப் பட்ட காரண காரிய வகையை விசாரிக்குமிடத்திற் காரணமானது தன்னிடத்திலே யிருக்கிற நன்மையெல்லாம் காரியத்திற்குக் கொடாமல் தன்னிடத்திலே யிருக்கிற பலபல நன்மைகளுக்குள்ளே சில நன்மைகளை மாத்திரம் காரியத்துக்குக் கொடுக்கும். அப்படியே சிற்பாசாரியானவனும் குலாலனானவனும் தங்கள் தங்கள் புத்திக் குள்ளேயிருக்கிற ரூபங்களை விக்கிரகத்துக்கும் பாத்திரத்துக்கும் கொடுக்கிறார்களொழியத் தங்களுக்குண்டான மற்ற அனேக நன்மை களைக் காரியத்துக்குக் கொடுக்கிறதில்லை. இந்த வடைவாகச் சூரியனானது தன்னிடத்திலேயிருக்கிற நன்மைகளெல்லாம் மாணிக் கங்களுக்குக் கொடாமல் ஒளிமாத்திரங் கொடுக்கிறது... இந்த வகை யாயுள்ள காரண காரியமானது அனுரூபமாகாத காரியமும் அனு ரூபமாகாத காரணமுமென்று சொல்லத்தகும்."

-ஞானோபதேசம் : முதற் காண்டம், 4-ஆம் பாடம்.

".... ஆதிமனுஷனையும் அவனுக்குத் துணையாகக் கற்பித் தருளின ஸ்தீரியையும் பரிபூரண செல்வங்களைப் பொழிந்திருக்கிற வொரு ஸ்தலத்திலே நிறுத்திப் பூமியிலே யிருக்கிற மனுஷனுக்கு அப்படிப்பட்ட ஸ்தலத்தை விசேஷ ஸ்தலமா யிருக்கத் தக்கதாகக் கர்த்தாவானவர் கட்டளையிட்டருளினார்."

"ஆகையினாலே அந்த ஸ்தலத்திலே நிர்மல ஜலமுள்ள பீசோன், சேயோன், திகிரீஸ், எவுபிறாத்தே என்ற நாலு நதிகள் பரவியோட, அவைகளுடைய தரங்கங்களின் வேகத்தினாலே புறத்திலே ஒதுக்கப் பட்ட வச்சிர வயிடூரியங்கள் விளங்க, புஷ்பராக முதலான கெம்பு ரத்தினங்கள் அங்கங்கே பிரகாசிக்க பச்சை, நீலம், மாணிக்கங்கள் அதினுடைய கரைகளைச் சிங்காரிக்க கோமேதகம், பவளம், முத்து முதலானவைகள் அங்கங்கே சுவாலித்திருக்க, ஒன்றோடொன்று பின்னினாற்போல அலைகள் கரையிலே மோத, அஞ்ச மிதுனங்கள் நீந்த, தாமரை நெய்தல் முதலான புஷ்பங்கள் சலத்தை யலங்கரிக்க, நானாவிதங்களான மச்சவினங்கள் நான்கெல்லையினு மோடித் திரிந்து விளையாட அப்படிப்பட்ட நதிகளுடைய மட்டோடு பரம்பி

யோடுகிற பிரவாகங்களினாலே அந்த ஸ்தலமானது மிகவும் மதுர மானதாக வேடிக்கையோடே பொருந்தி யிருக்கிற பற்பல விருக்ஷங் களோடு அலங்கரிக்கப்பட்டது மாயிருந்து, கர்த்தரானவர் தாமே யுண்டாக்கின. அப்படிப்பட்ட சிங்கார வனத்திலே கண்ணுக்குப் பிரியமானவைகளுமாய் பற்பல வர்ணங்களினாலே விளங்கப்பட்ட வைகளுமாய் ஸ்பரிசத்துக்கு மிருதுவானவைகளுமாய் கனிந்த பழங் களுடைய பாரத்தினாலே கவிழ்ந்திருக்கிற கப்புக் கவர்களுள் விருக்ஷங்களுடைய சாலைகள் அங்கங்கே ஒழுங்காகக் காண்பித்திருக்க, பலபல வர்ணங்களைக் கொண்டிருக்கிற வாசனை யுள்ள புஷ்பங்கள் விகசித்திருக்க, அவைகள் உதிர்ந்து பட்டுப் பட்டவளி போல தரையெல்லாம் சிங்காரிக்க மலர்ந்திருக்கிற புஷ்பங்களிலே ஒழுகுந் தேனையும் வீசுகிற வாசனையையும் மதுகரங்கள் நுகர, எண்ணப் படாத பக்ஷி சாதிகள் காதுக்கின்பமாய் கூவுகிற குரல்களினாலே மதுரமான நாதகீதம் பண்ணுகின்றாற் போலே பாடிக்கொண்டிருக்க, மான், கலை, முயல், மரை, முதலான வேடிக்கையுள்ள மிருகங்கள் பயமில்லாமல் அங்கேயும் இங்கேயும் ஓடி விளையாட, சவாது கஸ்தூரி முதலான பரிமளங்களைப் பிறப்பிக்கிற மிருகங்களினாலே ஆகாசத்திலேயும் பூமியிலேயுஞ் சுகந்தங்கள் வீச, சிங்கம், புலி, கரடி முதலான துஷ்டமிருகங்கள் தமது துஷ்டகுண மென்னப்பட்ட யாவையும் மறந்து பயங்கர சொரூபியா யிராமல் சாந்த குணத்தைக் கொண்டிருந்து சாது மிருகங்களாய் அங்கேயு மிங்கேயுந் திரிய பலபல புஷ்பங்களுடைய மதுரமான பரிமளங்களை மதுகரங்கள் பானம் பண்ணுகிறாப்போலே யிருக்க, குளிர்ச்சியான தென்றல் வீச, சூரிய னானது தனது உக்கிரமான உஷ்ணத்தை மனுஷனிடத்திலே தைக்கப் பண்ணாமல் சகலத்துக்கும் மிதமான பிரகாசத்தைப் பரப்பப் பண்ண, தொங்குகிற மேற்கட்டிகள்போலே கவிழ்ந்திருக்கிற பரமண்டல மானது இரத்தின, மாணிக்கங்களைத் தோற்கடிப்பதுபோல நிரை நிரையே பதிக்கப்பட்ட நக்ஷத்திரங்களுடைய சொல்லப்படாத அலங் காரங்களினாலே விளக்கப்பட்டிருக்க, இதெல்லாம் மனுஷனா னவன் பார்த்துக் கர்த்தருடைய அளவறுக்கப்படாத பெலத்தையும் பரம சாமர்த்தியத்தையும் தப்பில்லாக் கிரமத்தையும் கொண்டிருக்கிற விமரிசையையும், கரை காணாத கருணையையுங் கண்டுபிடித்துச் சகலத்தையும் உண்டாக்கி நடத்திக்கொண்டு வருகிற கர்த்தனை அகோராத்திரம் இடைவிடாமற் கொண்டாடுகிறதுக்கும் அவர் பேரிலே குறையற்ற பக்தியை வைக்கிறதற்கும் அவருடைய சித்தத்தின்படியே

குறையற்ற பிரகாரமாய் மனுஷன் நடக்க முழுமனதோடு துணிகிற தற்கும் முன்சொல்லப்பட்ட பொருட்களுடைய வேடிக்கையுள்ள தெரிசனமானது பரிபூரண காரணமா யிருந்ததென்று அங்கீகரிக்கக் கடவோம். "

ஞானோபதேச காண்டம். இரண்டாங் காண்டம்,

எட்டாம் பாடம்.

2. வீரமா முனிவர் (1680-1746)
(Father C.J. Beschi)

வீரமா முனிவர், தத்துவ போதக சுவாமியைப் போலவே, இத்தாலி தேசத்திற் பிறந்தவர்.[1] கான்ஸ்டன்டின் ஜோசப் பெஸ்கி என்பது இவரது இயற்பெயர். உரோமாபுரியிற் கல்விகற்றுத் தேர்ந்து, பின்னர் ஏசுவின் சபையிற் சேர்ந்து துறவு பூண்டார். பின்னர், தமிழ் நாட்டிற் சமய ஊழியஞ் செய்வதற்காக அனுப்பப்பட்டு, 1700-இல் நமது நாட்டிற்கு வந்தார். தத்துவ போதக சுவாமியைப் போலவே இவரும் மதுரையைத் தமது உறைவிடமாகக் கொண்டு வாழ்ந்து வந்தார். இவர் இத்தாலி, இலத்தீன் மொழிகளை நன்கு கற்றவர். மதுரைக்கு வந்த பின்னர் தெலுங்கு சமஸ்கிருத மொழிகளையும் கற்றுக்கொண்டார். தமிழ்மொழியை நன்கு கற்று முழுத் தேர்ச்சி யடைந்து அம்மொழியிற் செய்யுளிலும் உரைநடையிலும் நூல் இயற்றும் வல்லமை பெற்று விளங்கினார். அக்காலத்தில் மதுரையில் மிக்க சிறப்புடன் வாழ்ந்திருந்த சுப்பிரதீபக் கவிராயர் அவர்கள், இவருக்குத் தமிழ் கற்பித்த ஆசிரியர்களில் முதன்மையானவர் என்று சொல்லுகிறார்கள். தத்துவ போதகரைப்போலவே இவரும் இந்துத் துறவிக் கோலம் பூண்டு, புலாலுணவை நீக்கிச் "சைவ" உணவை உண்டு வந்தார். 1822-இல், முதல் முதலாக இவருடைய சரித்திரத்தைத் தமிழில் எழுதி வெளியிட்ட வித்துவான் முத்துசாமி பிள்ளையவர்கள் இவருடைய நடையுடை பாவனைகளை அப்புத்தகத்திற் கீழ் வருமாறு எழுதியிருக்கிறார்.

"இந்தத் தேசத்தில் வந்தநாள் முதலாகப் புலால் மாமிசங்களை நிவர்த்தித்து, இரண்டு தமிழ்த் தவசிப் பிள்ளைகளைப் பரிசுத்த அன்னபாகஞ் செய்யச்சொல்லித் தினமொரு பொழுது மாத்திரம் போசனம் பண்ணிக்கொண்டிருப்பார். தமது மடத்திலிருக்கும் பொழுது கோபிச் சந்தனம் நெற்றியிலிட்டுக்கொண்டு தலைக்குச் சூரியகாந்திப்பட்டுக் குல்லாவும், அரைக்கு நீர்க்காவிச் சோமனுந்

---

[1] Constantine Joseph Beschi.

திருநெல் வேலிக் கம்பிச்சோமன் போர்வை முக்காடு மிட்டுக் காலிற் பாதகுறடும் போட்டுக்கொண்டிருப்பார். இவர் வெளியிற் சாரி போகும்போது பூங்காவி அங்கியும் பூங்காவி நடுக்கட்டும், வெள்ளைப் பாகையும் இளங்காவி யுத்தரிய முக்காடும், கையினிற் காவி யுருமாலையும், காதில் முத்துக் கடுக்கனும், கெம்பொட்டுக் கடுக்கனும், விரலிற் றம்பாக்கு மோதிரமும், கையிற்றண்டுக்கோலும் காலிற் சோடுடனும் வந்து பல்லக்கு மெத்தையின் மேலிட்டிருக்கும் புலித்தோலாசனத்தின் மேலெழுந்தருளியிருந்து உபய வெண்சாமரை வீசவும், இரண்டு மயிற்றோகைக் கொத்திரட்டவும், தங்கக் கலசம் வைத்த காவிப்பட்டுக் குடை பிடிக்கவுஞ் சாரிபோவார். இவரி றங்கும் இடங்களிலும் புலித்தோலாசனத்தின் மேலுட்காருவார்."

திருச்சிராப்பள்ளிச் சீமையை அக்காலத்து அரசாண்டிருந்த சந்தா சாகிபு என்னும் நவாபைக் காண்பதற்காக வீரமாமுனிவர் இந்துஸ் தானி, பாரசீக மொழிகளை மூன்று மாதத்திற் கற்றுக் கொண்டாராம். பின்னர், சந்தா சாகிபைக் கண்டு பேசியபோது, அவர் இவருடைய கல்வியின் ஆழத்தையும் அறிவின் பரப்பினையுங் கண்டு மெச்சி, இவருக்கு "இஸ்மாத்தி சந்நியாசி" என்னும் பட்டம் அளித்து, ஆண்டு தோறும் பன்னிரண்டாயிரம் ரூபா வருமானமுள்ள ஊர்களை இனாமாகக் கொடுத்து, தம் பாட்டனார் சாதுலாகான் என்பவர் பயன்படுத்தி வந்த தந்தப் பல்லக்கையும் அளித்து அன்பு காட்டினார். அன்றியும், இவரைத் தமக்கு திவானாக (அமைச்சராக)வும் அமர்த்திக் கொண்டார். வீரமா முனிவர் இந்த உத்தியோகத்தை ஏற்றுக்கொண்டு, 1740 வரையில் சந்தாசாகிபின் திவானாக இருந்தார். மேற்படி ஆண்டில் திருச்சிக்கோட்டையை மகாராட்டிர வீரர் முற்றுகையிட்டு சந்தாசாகிபைச் சிறைப்பிடித்துக் கொண்டுபோய்விட்ட பின்னர், வீரமா முனிவர் திருநெல்வேலியில் உள்ள மணப்பாடு என்னும் ஊரிற் சென்று வாழ்ந்து வந்தார். கடைசியாக 1742-ஆம் ஆண்டில் அவ்வூரிற் காலமானார்.

வீரமா முனிவர் தமிழ் எழுத்தில் எகர ஒகரங்களுக்குச் சில திருத்தத்தை உண்டாக்கினார். பண்டைக் காலத்தில் எகர ஒகரக் குற்றெழுத்துகளும், அவற்றில் நெட்டெழுத்துகளும், ஒரே மாதிரி எழுதப்பட்டன. ஆகவே குற்றெழுத்துக்கும் நெட்டெழுத்துக்கும் வேறுபாடு அறிவதற்காக, எகர ஒகரங்களின் மேல் புள்ளி வைத்தும் ஏகர ஓகார நெட்டெழுத்துகளின்மேல் புள்ளி வையாமலும் எழுதி வந்தனர்.

(உதாரணம், எ, ஒ, கெ, கொ இவை குற்றெழுத்துக்கள் ஏ, ஓ, கே, கோ இவை நெட்டெழுத்துகள்

"மெய்யி னியற்கை புள்ளியொடு நிலையல்"
"எகர ஒகரத் தியற்கையு மற்றே"

(தொல். எழுத்து. சூத்திரம் 15,16)

"எகர ஒகர மெய்யிற் புள்ளி மேவும்"

(வீரசோழியம், சூத்திரம் 6)

"தொல்லை வடிவின எல்லா வெழுத்துமாண்
டெய்து மெகர மொகர மெய்புள்ளி"

(நன்னூல், எழுத்து 43)

தொன்றுதொட்டு வழங்கிவந்த இந்தப் பழைய முறையை வீரமாமுனிவர் மாற்றிப் புது விதியை அறிமுகப்படுத்தினார். அது எகர ஒகரக் குற்றெழுத்தின்மேல் நீண்ட புள்ளியும், மெய் எழுத்துக்களின் மேல் சுழித்த புள்ளியும் வைக்க வேண்டும் என்பதே. இதற்கு இவர் கூறிய அச் சூத்திரம் வருமாறு:

"நீட்டல் சுழித்தல்
குறின் மெய்க் கிருபுள்ளி"

(வீரமாமுனிவர் இயற்றிய "தொன்னூல் விளக்கம்.")

-(உ-ம்:) எ̄ரி, ஒ̄தி; ம̊ண, க̊ண

இவர் இயற்றியமைத்த இவ்விதியைப் பின்பற்றியே 19-ஆம் நூற்றாண்டில் சில அச்சுப்புத்தகங்கள் நீண்ட புள்ளியும் சுழித்த புள்ளியும் அமைத்து அச்சிடப்பட்டன. ஆனால், இக்காலத்தில் எகர ஒகரக் குற்றெழுத்துகள், வீரமாமுனிவரின் தொன்னூல் விளக்கத்தில் கூறியபடி நீண்ட புள்ளி பெறாமலும், நன்னூல் முதலிய பண்டைக் கால இலக்கணங்களின்படி சுழித்த புள்ளி பெறாமலும் எழுதப் பெறுவதோடு, ஏகார ஓகார நெட்டெழுத்துகள் முறையே நீண்ட புள்ளியும், சுழித்த புள்ளியும் கீழே அமைக்கப்பட்டு எழுதப்படுகின்றன. இந்த மாறுதல் யாரால் எப்பொழுது உண்டாக்கப்பட்டதென்று தெரியவில்லை.

உயிர்மெய் எகர ஒகரங்களில் வீரமாமுனிவர் இன்னொரு திருத்தத்தையும் உண்டாக்கியிருக்கிறார். அஃதென்ன வென்றால், பண்டைக்காலத்தில் எகர ஒகரக் குற்றெழுத்துகள் மேலே புள்ளி கொடுத்து எழுதப்பட்டமை போலவே, எகர ஒகர உயிர்மெய்க் குற்றெழுத்துகளும் மேலே புள்ளிவைத்து எழுதப்பட்டன.

o o o

(உதாரணம்: கெ, பெ, செ (இவைகள் குற்றெழுத்து) கெ, பெ, செ புள்ளி பெறாத இவை நெட்டெழுத்து : கே, பே, சே என்று இவை வாசிக்கப்பட்டன.)

கொம்பு பெற்று வருகிற இந்த எழுத்துகள் குற்றெழுத்துக்கும் நெட்டெழுத்துக்கும் ஒரே மாதிரி எழுதப்பட்டபடியால், அவற்றின் வேறுபாட்டை எளிதில் தெரிந்துகொள்ளும் பொருட்டு, வீரமா முனிவர், நெட்டெழுத்துக்குக் கொம்பை மேலே சுழித்தெழுதும் வழக்கத்தை உண்டாக்கினார். இவர் செய்த இவ்வெழுத்துச் சீர்திருத்தம் படிப்பதற்கும் எழுதுவதற்கும் தெளிவாக இருக்கிறபடியால், இவர் அமைத்த முறைப்படியே இப்போது வழங்கிவருகிறோம்.

இதைப்பற்றி வீரமாமுனிவரே, தாம் லத்தீன் பாஷையில் எழுதிய "கொடுந் தமிழ்" இலக்கணத்தின் முதல் அதிகாரத்திற் கீழ்க் கண்ட விதம் எழுதியிருக்கிறார்; அஃதாவது "எகரக் குற்றெழுத்தும் ஏகார நெட்டெழுத்தும் ஒகரக் குற்றெழுத்தும் ஓகார நெட்டெழுத்தும் (குறில் நெடில் வேறுபாடுகளைக் காட்டும் அடையாளம் இல்லாமல்) ஒரே விதமாக எழுதப்படுவதால், அவர்கள் (தமிழர்) குற்றெழுத்து நெட்டெழுத் தென்னும் வேறுபாட்டினைப் பிரித்தறியும்பொருட்டு, நெட்டெழுத்துகளின் மேல் புள்ளி இல்லாமலும், குற்றெழுத்துகளின் மேல் புள்ளி வைத்து எழுதும்படி பிள்ளைகளுக்குக் கற்பிக்கிறார்கள். ஆகவே மெய் என்னும் சொல்லின் மேல் உள்ள (ெ) கொம்பின் மேல் புள்ளி வைக்காதபடியால் மேய் என்று படிக்கப்படுகிறது. ஆனால், மெய் என்னும் சொல்லில் கொம்பின் மேல் புள்ளி வைத்திருக்கிறபடியால் அது மெய் என்று படிக்கப்படுகிறது. அப்படியே பொய் என்னும் சொல்லில் கொம்பு புள்ளி பெறாதபடியால் போய் என்றும், பொய் என்பது கொம்பு புள்ளி பெற்றிருக்கிறபடியால் பொய் என்றும் படிக்கப்படும். ஆனால், (சில வாக்கியங்களில் தவிர) இதனை அடையாளம் வைத்து எழுதுவதை நான் பார்த்ததில்லை; இது எழுதுவோரின் அசட்டைத் தனமாக இருக்கலாம். இந்த எகர ஒகரக் குற்றெழுத்து நெட்டெழுத்துகளின் வேறுபாட்டை எளிதாகத்

தெரிந்துகொள்வதற்கு வேறொரு வகையை நான் கண்டறிந்தேன் என்பதைத் தெரிவித்துக்கொள்ள விரும்புகிறேன். அஃது இதுவாகும். குறிலுக்கும் நெடிலுக்கும் ஒரே மாதிரியாக எழுதப்பட்டு வருகிற கொம்பு என்று சொல்லப்படுகிற (ெ) இந்தக் குறியைக் குற்றெழுத்தைக் குறிப்பிடவும், இக்கொம்பையே மேலே சுழித்து (ே) இவ்விதமாக எழுதினால் நெட்டெழுத்தைக் குறிப்பிடவும் மாற்றி அமைத்தேன். உதாரணமாக மெய், மேய், பொய், போய் (இச்சொற்களில் கொம்பு மேலே சுழிக்கப்படாதவை குற்றெழுத்து; மேலே சுழிக்கப்பெற்றவை நெட்டெழுத்து) இந்த முறை ஒப்புக்கொள்ளப்பட்டு அநேகரால் வழங்கப்பட்டு வருகிறது." பின்னிணைப்பில் சேர்க்கப்பட்டுள்ளது.

முதல்முதலில் தமிழில் அகராதி எழுதியவரும் வீரமாமுனிவர் தாம். பண்டைக் காலத்தில் நிகண்டுகள் செய்யுள் வடிவில் எழுதப் பட்டு வழங்கிவந்தன. இந்நிகண்டுகளை மாணவர் உருப்போட்டு மனப்பாடம் பண்ணிவைக்க வேண்டியிருந்தது. மனப்பாடம் பண்ணா விட்டால் நிகண்டுகளினாற் பயனில்லை. அகராதி என்பது அத்தகைய தன்று. பொருள் தெரியாத கடின சொற்களுக்கு அகராதியைப் புரட்டிப் பார்த்து எளிதிற் பொருள் தெரிந்துகொள்ளலாம். இதுவே மாணவர் எளிதாக கற்பதற்கு ஏற்ற நல்ல முறை. அகராதி எழுதும் வழக்கம் ஐரோப்பியர்களுக்குரியது. அந்த முறையைத் தமிழருக்குக் காட்டியவர் வீரமாமுனிவரே. இவரால் எழுதப்பட்ட "சதுரகராதி" தமிழில் எழுதப்பட்ட முதல் அகராதியாகும்: வீரமாமுனிவருக்குத் "தைரிய நாத சுவாமி" என்றும் பெயருண்டு. இவரியற்றிய நூல்களாவன:-

"தேம்பாவணி": இதை 1726-இல் இயற்றினார். 1729-இல் இந் நூலுக்கு உரை எழுதினார். "திருக்காவலூர்க் கலம்பகம்" "அடைக்கல மாலை", "கலிவெண்பா", "அன்னை அழுங்கல் அந்தாதி", "கித்தேரி யம்மாள் அம்மானை" முதலியன இவர் இயற்றிய செய்யுள் நூல்கள்.

"வேதியர் ஒழுக்கம்", "வேத விளக்கம்", "பேதக மறுத்தல்", "ஞானம் உணர்த்தல்", "திருச்சபைக் கணிதம்", "வாமன் கதை", "பரமார்த்த குரு கதை" இவை இவர் இயற்றிய வசன நூல்கள்.

தொன்னூல் விளக்கம்: இது ஐந்திலக்கணங்களையும் கூறும் செந்தமிழ் இலக்கணம். "கொடுந்தமிழ் இலக்கணம்" இஃது ஐரோப் பியப் பாதிரிகள் தமிழ் பேசக் கற்றுக்கொள்வதற்காக லத்தீன் பாஷையில் எழுதப்பட்டது.

"சதுரகராதி": இதுவே தமிழில் எழுதப்பட்ட முதல் அகராதி.

வீரமாமுனிவர் இயற்றிய நூல்களிலிருந்து சில செய்யுள்களையும் உரைநடைகளையும் கீழே தருகிறோம். இம்மாபெரும் புலவரின் தமிழ்ப்புலமையை இவை நன்கு தெளிவுறுத்தும்.

இவர் இயற்றிய தொன்னூல் என்னும் இலக்கண நூலில் கலிப்பாவுக்கு உதாரணமாகக் கீழ்க்கண்ட செய்யுளை அமைத்திருக் கிறார். இச்செய்யுள் இவர் பிறந்த ஈத்த நன்னாட்டினை (இத்தாலி தேசத்தை) வருணிப்பதாக இருந்தும், தமிழ்க் கவிகளின் போக்கை யொட்டி அமைத்திருப்பது நோக்குக:

"சென்னாக நீர்பொழிய செல்வநிலைக் கறமுமிகப்
பொன்னாக நீர்புரையப் புவனமெலாம் புரந்தாண்டே

கருமேவும் வளைதவழுங் கமழ்வயற்பாய் பூந்தடஞ்சூழ்
மருமேவு நிழற்சோலை மயின்மேவிக் களித்தாடக்

கரும்பொப்பச் செஞ்சாலிகாய்த்தலர்க்கைக் கடைச்சியரே
சுரும்பொப்பச் சூழிரப்போர் துதித்துவப்ப வீந்தீந்து

மாலைதாழ் குழலசைய மணக்குரவை யொலித்தாட
ஆலைதாழ் புனலொழுகி யலர்வனமுங் கனிபொழிலும்

மல்கிவளர் சிறப்போங்க வரையாச்சீர் மனம்வெறுப்ப
நல்கிவள ரீத்தல நன்னாடு

கீழ்க்கண்ட செய்யுள்கள் "தேம்பாவணி"யிலிருந்து எடுக்கப் பட்டவை:-

கடவுள் வாழ்த்து

கார்த்திரள் மறையாக் கடலினுண் மூழ்காக்
கடையிலா தொளிர்பரஞ் சுடரே
நீர்த்திரள் சுருட்டி மாறலை யின்றி
நிலைபெறுஞ் செல்வநற் கடலே
போர்த்திரள் பொருதக் கதுவிடா வரணே
பூவனந் தாங்கிய பொறையே
சூர்த்திரள் பயக்கு நோய்த்திரள் துடைத்துத்
துகடுடைத் துயிர்தரு மமுதே.

தேறுந் தயையின் முனிவோய் நீ
சினத்திற் கருள்செய் கனிவோய் நீ

கூறுங் கலையற் றுணர்வோய் நீ
கூறுந் தொனியற் றுரைப்போய் நீ

மாறும் பொருள்யா விலுநின்றே
மாறா நிலைகொள் மரபோய் நீ
யீறுந் தவிர்ந்துன் புகழ்க் கடலாழ்ந்
தெனக்கே கரைகாட் டருளாயோ.

ஒளிநாக் கொடுவான் சுடர்புகழ
வொளிநாக் கொடுபன் மணிபுகழக்
களிநாக் கொடுபற் புள்புகழக்
கமழ்நாக் கொடுகா மலர்புகழத்
தெளிநாக் கொடுநீர்ப் புனல்புகழத்
தினமே புகழப் படுவோய்நீ
அளிநாக் கொடுநா னுனைப்புகழ
வழியா மூகை யுணர்த்தாயோ."

கீழ்கண்ட செய்யுள்கள் "திருக்காவலூர்க் கலம்பகத்" தினின்று எடுத்தவை இக்கலம்பகம், திருக்காவலூரில் எழுந்தருளியுள்ள இயேசு கிறித்துவின் அன்னையராகிய மேரியம்மையார்மீது இயற்றப்பட்டது.

(தரவு)

"பார்மேவும் பழிநீப்பப் பகர்ந்தடங்காப் பரிவுள்ளிச்
சீர்மேவுந் திருவுளத்தைத் தெரிந்தமர ருளம்பனிப்ப
வுருவில்லா னுருவாக வுலகிலொரு மகனுதிப்பக்
கருவில்லாக் கருத்தாங்கிக் கன்னித்தா யாயினையே.

விண்ணுலகம் புகழ்ந்தேத்த வியந்தலர்சே வடிவருட
மண்ணுலகந் துயர்நீங்க மன்னுயிர்கள் சிறந்துவப்ப
வான்றளங்கள் புறங்காப்ப வானரசர் பணிகேட்ப
மீன்றளங்கள் அணிமதிபோல் விண்ணரசா ளாயினையே.

(தாழிசை)

தண்சுடர்கால் மதிக்குழலி தாங்கியபூ வடிவிளங்கத்
தெண்சுடர்கா லுடுவரைந்த திருமுடிக்கொள் சிரமிசைப்ப
பனியுயிர்த்து மனங்குளிர்க்கும் பருதியுடுத் துடலிலங்கத்
தனியுயிர்த்துன் னரசணியாய்த் தரிப்பதுநின் விருதாமோ.

சுனைபூத்த சோணாட்டுக் காவிரியின் வடகரைமேற்
சினைபூத்த நிழற்பொழில்வாய்ச் சிங்கநெடுங் கொடிநிழற்றுந்
திருக்காவ லூரகத்துத் திகழொளிவாய் மணிக்கோயில்
அருட்காவ லியற்றிநமை அளிப்பதுநின் றயையாமோ.
உள்ளூருவாக் கவசமென வுத்திரகத் துடன்மருடீர்
தெள்ளுருவா மணிமாலை சிறந்தேத்துங் கைநீட்டி
வாய்பொய்யா மறைத்திசையாம் வடதிசையே தனிநோக்கித்
தாய்பொய்யா அடைக்கலமே தருவதுநின் புகழாமோ.

கான்பொதுளும் பூம்புகையுங் கமழ்பூவு மணந்தேக்க
மீன்பொதுளு மொளிமணியார் விமானத்து ளெழுந்தருளிப்
பார்பூத்த வினையறநீ பறந்தநலத் திவ்வுலகுஞ்
சீர்பூத்த வானொப்பச் செய்வதுநின் சிறப்பாமோ.

தாண்மலரே மலையணியத் தரும்பணிகேட் டுளம்பனிப்ப
மாண்மலரே பெய்தகலுன் வரக்கடலூ டினிதாண்டு
வானவருங் கரைகாணா மனந்தேற்றாப் புன்பாவா
லீனவரு ளியானீந்தற் கியைந்ததுநின் றரமாமோ.

இனி, வீரமாமுனிவரின் செந்தமிழ் வசனநடையின் மாதிரியைக் கீழே தருகிறோம். இஃது, அவரியற்றிய "தொன்னூல் விளக்கத்"தின் பொருளதிகாரத்தில், "அறம் என்னும்" பொருள்பற்றி எழுதப்பட்ட தாகும்:-

"வேதநூன் முதலெவ்வகை நூலுங் கல்லாதுணரவுஞ் சொல் லாதுணர்த்தவும் வல்லவராகி, மெஞ்ஞானத் திருக்கடலாகிய வொரு மெய்க்கட வுடன் றிருவடிமலரே, தலைக்கணியெனக் கொண்டேத்தி, இருளிராவிடத்து விளங்கியவொரு மீன் போலவும், பாலைச்சுரத்தரி தலர்ந்த பதுமம் போலவும் மெய்யாஞ்சுருதி விளக்கா திருளே மொய்த்த நாட்டின் கண்ணுங் கடவுளேற்றிய ஞானத் திருவிளக் கெரிப்பத் தெளிந்து உணர்ந்தெங்கும் ஒரு விளக்கென நின்றுயர்ந்த திருவள்ளுவருரைத்த பலவற்றொன்றை நான் தெரிந்துரைப்பத் துணிந்தேன். அந்நாயனார் பயனெனும் பெருங்கடலாழத்தின் மூழ்கி யாங் குடையருமணி யொருங்கெடுத் தொருசிறு செப்பினடைத்தாற் போலத் திருவள்ளுவரது பயனெல்லாம் விரித்துப் பகரும்படி நான் வல்லனல்லேனாகையின், அக்கடற்றுரை சேர்ந்தொரு மணியெடுத்துக் காட்டலுணர்ந்தேன். அவர் சொன்ன குறளினொன்றே யிங்ஙன நான் விரித்துரைப்பத்துணிந்தேன். அஃதாவது,

“மனத்துக்கண் மாசில னாத லனைத்தற

னாகுல நீர பிற”

எ-து. இல்லறந் துறவறமென்ற இவ்விரண்டினுள்ளும் அடங்கி நிற்கு மெல்லாவறங்களும் மனத்தின் தூய்மையாற்பெறும் பெருமையே தருமமெனவும், மனத்தினுண் மாசுகொண்டவன் செய்யுந் தவமுந் தானமு மற்றை யாவுமறத்தின ரவமாவதன்றி யறத்தின் பயனுள வல்லவெனவு மக்குறளிரு பயனிவை யென விரித்துக்காட்டுதும். விரிப்பவே மெய்யும் பொய்யும் விளக்கியுட் பயன்றரு மெய்யறத்தின் நன்மையே வெளியா யிஃதொன்றுணர்ந்து நாமதற்கொப்ப நடந்தாலிது வீடெய்தும் வழியெனக் காணப்படும். பெரும்பொரு ணேர்ந்து பொய்ம்மணி கொள்வது கேடாயினும் பொருளை நேர்ந்தும் உடலினை வாட்டியும் உயிரை வருத்தியு மேற்கதி வீட்டிற் செல்லாச் சில பொய்யறங்களை யீட்டுவதிலுங் கேடாமன்றோ? இதனை விலக்கித் தனதுயிராக்கங் காப்பது வேண்டி யிக்குறட் பயனாராய்வது நன்றே.”

“அறமெனப்பட்ட யாவு மன்னுயிர்க்கோ ருயிராகவும் மனத்திற்கோராணியாகவும் நெஞ்சத்திற்கொரு செல்வமாகவும் வழங்குமியல்புடையனவாகையிற் புறத்துத் தோன்றும் வேற்றுருக் கோலங்காட்டி யகத்துண்ணுழையா வறமோ அறத்தின் பேறும் பெருமையுடைய வென்பர். எப்பொருளினும் அதனுண்மை யுணர்தலே ஞானம். உணர்ந்த பொருளி னிவையே நல்லவை யெனவும் இவையே யல்லவை யெனவுந் தெளிதலே காட்சி. தெளிந்த வழியே யல்லவை யொருவி நல்லவை மருவி யொழுகலே யொழுக்கம். இந்நல்லொழுக்கமே யனைத்தற னாகையி லிவையெலா மனமுயற்சியா லாக வேண்டுழி, மனமொவ்வா வறனெல்லாம் பொய்யென விகழப்படுவது முறையே யென்பது. அன்றியும் பிறர் நோய்கண்டு அகத்திரங்கானையோவென வாய்பொத்த இரக்கம் காட்டல் தயையோ! நெஞ்சங்கடுத்த சுடு பகை கொண்டான் முகநக நட்பது நட்போ! ஒன்றீந் தொருபத் தடித்துக்கொள்ளத் துணிந்தான் பிறர்க்கீந்துதவுதல் கொடையோ; மனைநகர்நாடு மகல நீக்கி யுட்பொருளின்ப மணுகுமாசை நீங்கான் மறுதுணையில்லா வனம் புக்குறைதல் துறவோ? பிணியுறப் பசிமிகப் பகைபட மொய்த்த துன்ப மின்பமென வுணர்ந் தகங்கலங்காதான் புறத்தும் புலம்பாதிருப்பது பொறையே; பிறர் அழகாசை மனம்புகாத் தன்னிறை காத்த மகளிர் புறத்துக்காட்டு மொடுக்கமுங் கற்பே; தம் மனக்கோட்டங்கண்டு நாணுதல் நாணமே; மனத்திலிறைஞ்சிப் பிறரைப் பணிவான் புறத்துப் பொய்யாச் சொல்லின் வணக்கமும் பணிவே; உளத்திற் கலங்கா தெதிர் வெம்போர்முகத் தஞ்சான்

துணிவாய சேவகந்தானும் வீரமே. அன்றியும் உள்ளொவ்வாமற் புறத்துத் தோன்றுஞ் சித்திர அறத்தின் சாயலும் பயன்றரு நல் லறமெனப்படுமாயி னாண்கொண்டாட்டிய புன்மரப்பாவையுங் களி கொண்டாடிய கருகட்பாவையும் வேறுபாடின்றி யொக்கு மெனவுங், கண்ணேகனிய வழகு காட்டி யுள்ளுயிர் கொல்லு நஞ்சுடைக் காஞ்சிரப் பழனும், புறத்துவீசு மணமே யொப்பவகத்து மினிய தேறல் கொண்ட மாங்கனிதானு மொன்றெனவு, மொளிபெற வெழுதிய வோவியப்படமு முயிர் பெற்றெழில் வாழுடலு மொன்றெனவு, மிவை வேறல்ல வென்புழியன்றோ மனமுள்ளொவ்வா வரைந்தோன் முகத்தெழும் பொய் யறச் சாயலும் நெஞ்சில் வீற்றிருந் தினிதிற் புறத்துத் தோன்று மெய்யறமாட்சியும் ஒன்றெனச் சொல்லவும்படுமே. பசியபொற்றூணிரைத்து நாட்டி நெற்றியிற் பவளப் போதிகை யேற்றுபுது வயிர நன்மணியுத்திரம் பாய்த்திப் பளிக்குச் சுவர் மேன்முகிலகடுரிஞ் சுயர்சிகர மொளியின் மணியாற்கூட்டி வானிகர் மாளிகை யருந்தொழிற் றச்சர் வழுவற முடிப்பினு முள்ளாளரசன் கொடுங் கோலோச்சுங் குரூரனாயி லுலகிலாய வொருபயனுண்டோ? அவ்வாறொருவன் அருமறை யோதினும் அரும்பொருட்கலைநூ லளவறக் கற்கினும் பல நதியாடினும் பலதலஞ் சேரினும் வரைவில கொடுப்பினும் வழுவில நடப்பினும் கோயின் மண்டபங்குளமுதற் பற்பல வாயிற் றருமென வுவந் தியற்றினுந் திரட்பொருளீட்டிய செல்வந் துறப்பினும் மனை நகர் நாடு மகார் மனைசுற்றமுந் துறந்தரு வனத்திடை துனையறவுறையினு மின்புறு சுவை சுகமெல்லா மறுத்தே யைம்பொறி கொன்றுட லழிய நோற்பினு மீரற வழியெலா நேரச் செல்லினு மனத்தூடிய வினைமா சுளனாயிற் றனக்கொரு பயனுந் தராதென வுணர்க......"

வீரமாமுனிவர், பாமரர் படிக்கும்பொருட்டு எழுதிய சாமானிய வசனநடையின் மாதிரியைக் கீழே தருகிறோம். இப்பகுதி, அவர் எழுதிய "பரமார்த்த குருவின் கதை" யிலிருந்து எடுக்கப்பட்டது.

ஏழாவது : குதிரையிலிருந்து விழுந்த கதை

"சொன்ன வெச்சரிக்கையோடு நெடுநாளிருந்த பின்பு சீர்மை வழிபோனாற் சீஷர்கள் கையிற் பணம் பறியுமொழிய மடத்திலது வரவறியாதென்றதைப் பற்றி யூருக்கூர் சுற்றித் திரியப் புறப்பட்டார்கள்.

"ஒருநாளவர்கள் மடத்துக்குத் திரும்பி வருகையி லசைந் தசைந்து குருக்கள் குதிரைமேல் வரும்போது கீழே தொங்கின வொரு மரக் கொப்புப்படவே யவர் தலைப்பாகை பிறகே விழுந்ததாம். அதனைச்

சீஷர்களெடுத்தார்களென் றெண்ணி சும்மாவனேகந்தூர மவர் சென்ற பின்பு தலைப்பாகெங்கே தாருங்கோளென்று கேட்டார். அதங்கே விழுந்த விடத்திற் கிடக்குமென்றவர்கள் சொல்ல வவர் கோபித்து விழுந்ததெல்லா மெடுக்கத் தேவையில்லையோ! நான் சொல்லவேணுமோ வென்றார். அப்படியே யுடனே மடைய னோடிப்போய் விழுந்தபா கெடுத்துக் கொண்டு வருகையி லன்றிராத்திரி மழை சொரிந்து பெய்ததினாலே பசும்புற் காட்டிலே மேய்ந்திருந்த குதிரை கழிந்து விட்டலெத்தியைத் தலைப்பாகி லேந்திக் குருவின் கையில் வைத்தான்."

"அப்போதவர் சீச்சீயென்று வெகுவாய்ச் சினந்தார். அதுக் கெல்லாருங் கூடியிதேதையா விழுந்த சகலமு மெடுக்கச் சொல்லி முன் கற்பித்த தல்லவோ. கற்பித்தபடி செய்ததினா லிப்போநீர் கோபங் காட்டுவானே னென்றார்கள். குருவோ வென்றா லப்படி யன்றே; எடுக்கத்தகுவது மெடுக்கத்தகாதது முண்டு; வினாவறிந்து நடக்கவேணு மென்றார். அதுக் கவர்க ளம்மாத்திரத்துக்கு நாங்கள் மனுஷரல்ல வென், றெடுக்க வேண்டியதைமாத்திரம் வேறுபட வெழுதச் சொன்னார்க ளவரெழுதினார்."

"அப்புறம் போகையில் வழுக்கு நிலத்திலீரமாகக்கொள்ளத் தளர்ந்த நடையாய்ப் போகிற நொண்டிக்காற் குதிரை தவறி விழுந்ததாம். அந்தண்டையிலிருந்த குழியிற் குருவுந் தலை கீழுங் கால் மேலுமாக விழுந்து கோவென்றலறி யென்னை யெடுக்க வோடி வாருங்கோளென்று கூப்பிட்டார். சீஷரு மோடிவந்து முன்னெழுதித் தந்த வோலையை யெடுத்தொருவன் வாசிக்க விழுந்த தலைப்பா கெடுக்கவும் விழுந்த சோமன் வேஷ்டி யெடுக்கவும் விழுந்த சட்டை யுள்ளுடை யெடுக்கவு மென்றவன் வாசித்தபடி ஒன்றொன்றா யெல்லாத்தையு மெடுத்துவைக்கக் குருக்கள் நிருவாணமா யங்கே கிடந்தார்."

"அவரிப்படிக்கிடந்து தம்மையு மெடுக்கச் சொல்லி யெத்தனை கெஞ்சினாலு மெத்தனை சினந்தாலும் மிதுவும் ஏற்கனவே யோலை யிலெழுதாதினாலே மாட்டோமென்று சாதித்தார்கள். ஐயா வும்மையு மெடுக்க வெழுதின தெங்கே காட்டும். எழுதினபடியே செய்வோமே யொழிய வெழுதாததை யொருக்காலுஞ் செய்யச் சம்மதியோ மென்றார்கள். அவருமிவர்கள் சாதனை கண்டு தப்பும் வழி வேறொன்றுங் காணாம லோலையு மெழுத்தாணியும் வாங்கிக் கிடந்த விடத்தில் நானும் விழுந்தா லெடுக்கக்கடவீர்களென்றெழுதினார்."

"எழுதினதைக் கண்டு சீஷர்களு மொருமிக்கப்போ யவரை யெடுத்தார்கள். விழுந்த குழியிற் சேறிருந்தபடியினா லவருடம் பெல்லாஞ் சகதியாயழுக்குப்பட்ட தென்று சமீபத்திலிருந்த தண்ணீரிலே குளிப்பாட்டினார்கள். பின்பு பழையபடி யுடுப்பெல்லா முடுத்த வரைக் குதிரையிலேற்றி மடத்துக்குக் கொண்டுபோய் விட்டார்கள்."

3. ஸீகன் பால்கு ஐயர் (1683-1719)

(Barthalomew Ziegenbalg)

ஸீகன்பால்கு ஐயர் செர்மனி தேசத்தவர். ஸக்ஸோனியா நாட்டின் சிறு பட்டணமாகிய புல்ஸ்நித்[1] நகரிற் பிறந்தவர். இவர் தமது 16-வது வயதில் பெற்றோரை இழந்தபடியால், இவரது தமக்கையார் இவரை வளர்த்துவந்தார். இளமையிலேயே கல்வியிலும் இசைப் பயிற்சியிலும் ஊக்கங்கொண்டு அவைகளைக் கருத்துடன் பயின்று வந்தார். பாடசாலையில் வாசிக்கும்போது தமது பிற்கால வாழ் நாளைச் சமய ஊழியஞ்செய்து கழிக்க வேண்டும் என்று முடிவு செய்து கொண்டார். 1703-ஆம் ஆண்டில் ஹாலி[2] பட்டணத்திலுள்ள பல்கலைக்கழகத்திற் சேர்ந்து உயர்தரக் கல்வி பயின்றார். இவர் தமிழ்நாட்டிற்கு வந்த வரலாறு இதுவாகும்:-

அக்காலத்தில் தமிழ்நாட்டில் தஞ்சைக்கடுத்த தரங்கம் பாடியில், டென்மார்க்கு தேசத்தவராகிய டேனிஷ்காரர் வியாபாரம் செய்து வந்தனர். டென்மார்க்கு தேசத்தரசன் நாலாம் பிரதரிக்[3] என்பவன் தரங்கம்பாடியில் வியாபாரஞ் செய்யும் டேனிஷ்காரர்களுக்கும் அங்கு வாழும் தமிழர்களுக்கும் மத உபதேசம் செய்து அவர்களைத் தெய்வ பக்தி உள்ளவர்களாகச் செய்ய வேண்டும் என்னும் எண்ணங் கொண்டு, அதன் பொருட்டுச் சில மதபோதகர்களை அனுப்பிவைக்க விரும்பினான். இந்தியா தேசஞ் சென்று மதபோதனை செய்ய விரும்பும் மதபோதகர் யாரேனும் உளரோ என்று தேடியபோது, டென்மார்க்கு தேசத்தில் ஒருவரும் முன்வரவில்லை. ஆனால், செர்மனி தேசத்திற் பிறந்தவர்களான ஸீகன்பால்கு என்பவரும், பிளீச்செள என்பவரும் தரங்கம்பாடிக்குச் செல்வதாக ஒப்புக்கொண்டு முன்வந்தனர். இவ்விருவரும் டென்மார்க்கு தேசஞ் சென்று அரசனைக் கண்டார்கள். அரசனும் இவர்களை ஏற்றுக்கொண்டு, கி.பி. 1705-ஆம் ஆண்டு நவம்பர் மாதம் 21-ஆம் நாள் மரக்கல மேற்றி அனுப்பினான். ஸீகன்பால்கும், அவரது கூட்டாளியாகிய

---

[1] Pulsnitz.

[2] Halle.

[3] Frederic IV.

பிளீச்செள என்பவரும் 1709-ஆம் ஆண்டு சூலை மாதம் 9-ஆம் நாள் தரங்கம் பாடி வந்துசேர்ந்தனர். ஆனால், இவ்விரு மதபோதகரின் வரவு தரங்கம்பாடி அதிகாரிகளுக்குப் பிடிக்கவில்லை. தரங்கம்பாடி கவர்னர் இவர்களுக்குச் செய்த கொடுமைகளையும் இன்னல் களையும் இங்கு எழுதப்புகுந்தால் அதிக இடங்கொள்ளும். ஆகை யால் அவற்றை எழுதவில்லை. பிறகு, இவர்கள் மத போதனை செய்ய முற்பட்டபோது, மேற்படி அதிகாரி இவர்களுக்குப் பல தடைகளை உண்டாக்கினார். கடைசியாக, இவர்கள் சமயத்தொண்டு செய்வதற்கு இடமளிக்கப் பட்டது. ஆனால், மற்றொரு தடை இவர்களுக்கு ஏற்பட்டது. அஃது என்னவென்றால், மொழித் தடையே. இவர்களுக்குத் தமிழ், போர்ச்சுகீசு என்னும் மொழிகள் தெரியா: ஆகையால், இவர்களால் சனங்களுக்குச் சமய போதனை செய்ய இயலவில்லை. அக்காலத்தில் இந்தியாவில் வாழ்ந்திருந்த ஐரோப்பியர்களும், அவர்களுக்கும் இந்தியருக்கும் பிறந்த கலப்புச் சாதியாரும் போர்ச்சுகீசு மொழியைப் பேசிவந்தனர். ஆகவே, ஐரோப்பியருக்கும் கலப்புச் சாதியாருக்கும் மதபோதனை செய்ய வேண்டுமானால், அவர்கள் பேசும் போர்ச்சுகீசு மொழியை இவர் களும் கற்றுக்கொள்ள வேண்டும். இரண்டாவது, சுதேசிகளாகிய தமிழர்களுக்குச் சமயபோதனை செய்ய வேண்டுமானாலும், அவர் களின் தாய்மொழியாகிய தமிழ்மொழியை *(அல்லது "மலபார் மொழி"யைக்)* கற்கவேண்டும். *(அக்காலத்தில் நமது நாட்டில் வாழ்ந்திருந்த ஐரோப்பிய சாதியார் தமிழரை "மலபாரிகள்" என்றும், தமிழ் மொழியை "மலபார் மொழி" என்றும் வழங்கிவந்தனர்.)* இவ்விதம் இவ்விரண்டு செர்மானிய மதபோதகர்களுக்கும் மொழித் தடை ஏற்பட்டபடியால், முதலில் இந்த இரண்டு மொழிகளையும் கற்றுக்கொள்வதென்று தீர்மானித்து, அதன்படி பிளீச்செள என்பவர் போர்ச்சுகீசு மொழியையும், ஸீகன்பால்கு ஐயர் "மலபார்" (தமிழ்) மொழியையும் கற்றுக்கொள்ளத் தொடங்கினார்கள்.

ஸீகன்பால்கு ஐயர் தமிழ்மொழியைக் கற்பதிற் சில இடைஞ் சல்கள் இருந்தன. தமிழ்மொழி ஐரோப்பிய மொழிகளுக்குப் பெரிதும் வேறுபட்ட மொழியாகையால், இதைக் கற்பது அவருக்குக் கடினமாக இருந்தது. அன்றியும் தமிழ்மொழியைக் கற்பிக்க வீரமா முனிவருக்கு வாய்த்ததுபோல், தேர்ந்த தமிழ்ப்புலவர்கள் இவருக்கு ஆசிரியராக வாய்க்கவில்லை. மேலும், ஐரோப்பாக் கண்டத்தில் அச்சுப் புத்தகத்தைப் படித்துப் பழகிய இவர் ஓலைச்சுவடிகளைப் படிக்க வேண்டிய கட்டாயம் நேரிட்டது. ஏனென்றால், அக்காலத்தில்

தமிழ் நாட்டில் அச்சுப்புத்தகங்கள் கிடையா. இவ்வித இடையூறு களோடு ஸீகன்பால்கு ஐயர் தமிழ் கற்கத் தொடங்கினார். இவர் தமிழ் படித்தது விந்தையானது.

அக்காலத்தில், தரங்கம்பாடிக்கு அடுத்த சிறுகிராமத்தில், எல்லப்ப உபாத்தியார் என்னும் ஒருவர் திண்ணைப் பள்ளிக்கூடம் வைத்து நடத்திவந்தார். இவர் தேர்ந்த வித்துவானல்லர்; சிறு பிள்ளைகளுக்குப் பாடஞ் சொல்லக்கூடிய சாதாரணப் படிப்புள்ளவர். வேறு தேர்ந்த உபாத்தியாயர் கிடைக்காதபடியால், ஸீகன்பால்கு ஐயர் இந்த உபாத் தியாயரைக் கண்டு பேசித் தமக்குத் தமிழ்மொழியைக் கற்பிக்க வேண்டுமென்று கேட்டுக்கொண்ட தோடு, ஒட்டுத் திண்ணையிற் பாடசாலையை நடத்தவேண்டுவதில்லை என்பதாகவும், தமது வீட்டில் ஒரு பெரிய அறையிற் பாடசாலையை நடத்திக்கொள்ளத் தாம் இடங்கொடுப்பதாகவும், அங்குப் பாடசாலையை நடத்திக் கொள்ளும்படியாகவும் சொன்னார். உபாத்தியாயர் இவரது விருப்பத் துக்கு இணங்கி, ஸீகன்பால்கு ஐயர் வீட்டில் தமது பாடசாலையை ஏற்படுத்திக்கொண்டார். ஸீகன்பால்கு ஐயர் இந்தப் பாடசாலையிற் சேர்ந்து பாடசாலைச் சிறுவரோடு தாமும் தரையிற் கால்களை மடக்கி உட்கார்ந்து, மணலைப் பரப்பி, விரலினால் அ, ஆ, இ, ஈ எழுதக் கற்றுக்கொண்டார். இவ்விதம் இவர் தமிழ் நெடுங் கணக்கைக் கற்றுக் கொண்டபிறகு, பனையோலைகளில் எழுதப்பட்ட பாடங்களைப் படிக்கத்தொடங்கினார். இவ்வாறு தமிழைப் பேசவும் எழுதவும் கற்றுக்கொண்டு, எட்டு மாதத்திற்குப் பிறகு கிறித்தவ மதத்தைப்பற்றிச் சொற்பொழிவு செய்யத் தொடங்கினார். ஓலைச் சுவடிகள் பல வற்றைச் சேர்த்துத் தொகுத்து ஒரு தமிழ்நூல் நிலையத்தை ஏற்படுத்திக் கொண்டு, நாள்தோறும், அச்சுவடிகளைப் படிப்பதிலும், பிறரைப் படிக்கச்சொல்லிக் கேட்பதிலும் காலங்கழித்து வந்தார். ஆனால், இவர் வீரமாமுனிவரைப்போல சிறந்த தமிழ்ப் புலவராக முடிய வில்லை. ஏனென்றால், இவர் தமிழைத் துறைபோகக் கற்கவேண்டும் என்று ஆர்வங் கொண்டிருந்தபோதிலும், தேர்ந்த ஆசிரியர் இவருக்கு வாய்த்திலர்.

புரொட்டஸ்டண்டு கிறித்தவமதத்தை முதன்முதல் தமிழ்நாட்டிற் போதித்த முதல் மிசனரி இவரே. தரங்கம்பாடியிற் கோயில்களைக் கட்டியும், அநேகரைக் கிறித்தவ மதத்திற்சேர்த்தும், சிறுவர் சிறுமி களுக்குப் பாடசாலைகளை நிறுவியும், மதபோதனைகளைச் செய்தும், கிறித்துவமத நூல்களைத் தமிழில் மொழிபெயர்த்து அச்சிற் பதிப்பித்தும் இவர் மதஊழியம் செய்துவந்தார்.

1714-ஆம் ஆண்டு அக்டோபர் மாதத்தில், இவர் தமது உடல் நலத்தைப் பேணிக்கொள்வதற்காக ஐரோப்பாவுக்குப் புறப்பட்டார். ஐரோப்பா சென்று திரும்புவதற்குள் தமிழ் மொழியை மறந்துவிடக் கூடுமே என்று அஞ்சி, தமிழைப் பேசிப் பழகிக்கொண்டிருப்பதற்காக மலையப்பர் என்னும் தமிழரைத் தம்முடன் அழைத்துக்கொண்டு போனார். ஐரோப்பா சென்றதும் டென்மார்க்கு தேசத்தரசனைக் கண்டு, தரங்கம்பாடியில் நடைபெறும் சமய ஊழிய விவரங்களை அவனுக்குத் தெரிவித்தார். அவ்வரசன் இவரது ஊழியத்தை மெச்சிப் புகழ்ந்து, இவரைத் தரங்கம்பாடி மிசனுக்குத் தலைவராக்கியதோடு, இன்னும் சில மதபோதகரை அனுப்பியும், பொருளுதவி செய்தும் ஊக்கப்படுத்தினான். இவர் ஐரோப்பாவில் இருக்கும்போது ஹாலி[4] நகரத்தில் தமிழ்-லத்தீன் அகராதியின் சில பகுதிகளையும் அச்சிற் பதிப்பித்தார். பிறகு, தமது சொந்த ஊர் சென்று அங்கு டொரெதியா ஹால்ஸ்மான் என்னும் மங்கையை மணஞ் செய்துகொண்டார். பிறகு தம் மனைவியுடன் இங்கிலாந்து சென்றார். அங்குள்ள "கிறித்துவ அறிவு விளக்கச் சபையார்" இவர் தமிழ்நாட்டிற் செய்துள்ள சமய ஊழியத்தைப் பாராட்டி, இலத்தீன் மொழியில் ஒரு வரவேற்புத்தாள் படித்துக் கொடுத்தனர். இவர் அதற்கு முதலில் இலத்தீன் மொழியிலும் பின்னர்த் தமிழ்மொழியிலும் பதிலளித்தார். தமிழ்நாட்டின் சார்பாகப் பதிலளித்தபடியால் தமிழில் பேசினார் போலும். பிறகு, இங்கிலாந்திலிருந்து புறப்பட்டு, 1716-ஆம் ஆண்டு ஆகஸ்டு மாதம் 9-ஆம் நாள் மீண்டும் தமிழ்நாடு வந்தசேர்ந்தார். தமிழ்நாடு வந்தபிறகு பல ஆண்டு அவர் வாழ்ந்திருக்க வில்லை. மூன்று ஆண்டுகளுக்குப் பிறகு நோய்வாய்ப்பட்டுக் கடைசியாக 1719-ஆம் ஆண்டு பிப்ரவரி மாதம் 23-ஆம் நாள் தரங்கம்பாடியிற் காலமானார்.

இவர் தமிழ்மொழிக்குச் செய்த சிறந்ததொண்டு என்னவென்றால், தமிழ்நாட்டுப் பொதுமக்களின் உபயோகத்திற்காகத் தமிழ்ப் புத்தகங் களை அச்சிட்டு உதவியது தான். அக்காலத்தில் அச்சுப் புத்தகம் கிடையாதபடியால், எல்லோரும் ஓலைச் சுவடிகளைப் படித்து வந்தனர். ஸீகன்பால்கு ஐயரும் தாம் தமிழ் படித்தபோது ஓலைச் சுவடிகளையே படிக்கவேண்டியிருந்தது. ஏட்டுச்சுவடிகளைப் படிப்பது அச்சுப் புத்தகத்தைப் படிப்பதுபோல எளிதான காரியமன்று. ஏட்டுச் சுவடிகளை எழுதுவது அதைவிட இன்னும் கடினமான காரியம். வருத்தப்பட்டு எழுதினாலும், ஒரு புத்தகத்தை எழுதி முடிக்க அதிகக் காலஞ்செல்லும்; எழுத்துச் செலவும் அதிகம். ஏட்டுச்சுவடிகளைக்

4 Halle.

கையாளுவதிலும் துன்பம் உண்டு. ஸீகன்பால்கு ஐயர் இந்த வருத்தங்களை உணர்ந்து, எப்படியாவது, முயன்று அச்சுப்பொறி நிறுவித் தமிழில் அச்சுப் புத்தகம் உண்டாக்க எண்ணினார். இவர் சிறுவர்களுக்குப் பாடசாலை ஏற்படுத்தினபோது, பாடப் புத்தகங்களின் தேவை ஏற்பட்டபடியால், இந்த எண்ணம் இன்னும் அதிகமாக அவர் மனத்தில் ஊன்றியது. அன்றியும், தமிழர்களுக்குக் கிறித்துமத உண்மைகளைத் தெரியப்படுத்த வேண்டுமானால் ஏட்டுச் சுவடிகள் பயன்படா வென்றும், குறைந்த நேரத்திற் குறைந்த செலவில் ஏராளமான அச்சுப் புத்தகங்களைப் பதிப்பித்து மக்களுக்குக் குறைந்த விலைக்குக் கொடுத்தால், அல்லது விலையின்றி வழங்கினால், அவர்கள் மிக எளிதில் மத உண்மைகளைத் தெரிந்து கொள்ளக்கூடும் என்றும் இவர் நன்குணர்ந்திருந்தார். ஆகையால், இவர் இங்கிலாந்தி லுள்ள "கிறித்துவ அறிவு விளக்கச் சங்கத்"[5] துக்கும் செர்மனி தேசத்தில் உள்ள தம் நண்பர்களுக்கும் கடிதம் எழுதி, தமிழ்நாட்டில் அச்சுப் புத்தகம் இல்லாத குறையையும், அச்சுப்புத்தகத்தினால் உண்டாகக் கூடிய நன்மைகளையும் எடுத்துக்காட்டி, அச்சுப்பொறி அச்செழுத்துகள், காகிதம் முதலியவற்றை அனுப்பி உதவிபுரியுமாறு அவர்களைக் கேட்டுக்கொண்டார். அவ்வாறே அவர்களும் அச்சுப் பொறி முதலியவற்றை அனுப்பி உதவி புரிந்தனர்.

செர்மனி தேசத்திலிருந்து ஓர் அச்சுப்பொறியும் தமிழ் அச் செழுத்துக்களும், அச்சு வேலையில் தேர்ச்சி பெற்ற ஆல்டர் என்னும் பெயருள்ள இரண்டு உடன்பிறந்தார்களும் அனுப்பப்பட்டனர். ஸீகன் பால்கு ஐயர் கடித மூலமாக எழுதியனுப்பிய தமிழ் எழுத்துகளைப் பார்த்து, முன்பின் தமிழறியாத செர்மனி தேசத்தார் தமிழ் அச் செழுத்துகளை உண்டாக்கியது வியப்புத்தான். இந்த அச்செழுத்துகள் செர்மனி தேசத்தில் ஹாலி[6] நகரத்தில் உண்டாக்கப்பட்டன. அங்கிருந்து அனுப்பப்பட்ட அச்சுப்பொறி முதலியவை 1713-ஆம் ஆண்டு சூன் திங்களில் தரங்கம்பாடி வந்துசேர்ந்தன.

இவற்றைக்கொண்டு மேற்படி ஆண்டிலேயே தமிழிற் சில புத்த கங்களை அச்சிட்டு வெளிப்படுத்தினார். செர்மனியிலிருந்து வந்த அச்செழுத்துகள் பெரியவையாயிருந்தபடியாலும், அவற்றால் அச்சிடும் போது காகிதத்தில் அவை மிகுந்த இடத்தைக் கவர்ந்துகொண்டபடி யாலும், அக்காலத்தில் அச்சிடுவதற்குக் காகிதங் கிடைப்பது அருமை

5 Society for Promoting Christian Knowledge.

6 Halle.

யாயிருந்தபடியாலும், காகிதச் சிக்கனத்தை முன்னிட்டு, தரங்கம் பாடியில் சிறிய அச்செழுத்துகளை உண்டாக்கினார். ஐரோப்பா விலிருந்துபோதிய அளவு காகிதம் அச்சிடுவதற்கு அனுப்பப் படாமையால், தரங்கம்பாடியிலேயே காகிதப் பட்டறையொன்றை நிறுவிக் காகிதம் செய்ய முயன்றார். இந்தக் காகிதப் பட்டறையில் செலவுக்குத் தக்கபடி பலன் கிடைக்காதபடியால், சிறிது காலத்துக்குப் பிறகு அது மூடப்பட்டது.

1713-ஆம் ஆண்டு முதல் தரங்கம்பாடியில் ஸீகன்பால்கு ஐயரால் அச்சிடப்பட்ட புத்தகங்கள் பொதுமக்களுக்குக் குறைந்த விலைக்கு விற்பனை செய்யப்பட்டபடியால், அவற்றை மக்கள் ஆவலுடன் வாங்கி ஆசையோடு படிக்கத் தொடங்கினார்கள். மக்கள் தரங்கம்பாடி அச்சுக்கூடத்திற்குச் சென்று அச்சுப்பொறியைக் கண்டு வியந்ததோடு, ஓலைச் சுவடிகளைவிடப் பல வழிகளிலுஞ் சிறப்புடைய அச்சுப் புத்தகத்தை வாங்கிப் படிக்கத் தொடங்கினார்கள். தமிழ்நாட்டிற் பொதுமக்களுக்கு முதன் முதல் அச்சுப்புத்தகம் வழங்கிய பெரியார் ஸீகன்பால்கு ஐயரே ஆவர். தமிழ்மொழியைப் பொறுத்தவரையில் ஸீகன்பால்கு ஐயர் செய்த தொண்டு இஃது ஒன்றுதான். தமிழ் நாட்டில் தோட்டிமுதல் தொண்டைமான் வரையில் எல்லோரும் அச்சுப்புத்தகத்தைக் கையாளும்படி செய்தவர் என்கிற முறையில் இவர் பெயர் என்றும் மறக்கற்பாலதன்று.

இவருக்கு முன்னமே, 1577-ஆம் ஆண்டிலும், அதற்கு அடுத்த சில ஆண்டுகளிலும், மலையாளதேசத்தில் தமிழ்ப் புத்தகங்கள் அச்சிடப் பட்டன என்பது உண்மையே. ஏசுவின் சபைப் பாதிரிமார்களால் அச்சிடப்பட்ட அப்புத்தகங்கள் பாதிரிமார், மதபோதகர்கள் இவர் களின் பழக்கத்துக்காக மட்டும் வழங்கப்பட்டனவேயன்றி, பொது மக்களுக்காக அவை அச்சிடப்படவில்லை;

ஆகவே, பொது மக்கள் அப்புத்தகங்களைப் பெற முடியாமற் போய்விட்டது. பண்டிதர் முதல் பாமரர் வரையில் எல்லோருக்கும் அச்சுப் புத்தகம் கிடைக்கச் செய்த முதற் பெரியார் நம்முடைய ஸீகன்பால்கு ஐயரே என்பதிற் சற்றும் ஐயமில்லை.

4. எல்லிஸ் துரை (1777-1819)
(Francis Whyte Ellis)

எல்லிஸ் துரையவர்கள் ஆங்கிலேயர். சென்னை அரசாங்கத்தில் 1796-இல் உத்தியோகத்தில் அமர்ந்தார். பின்னர், பற்பல உயர்தர உத்தியோகங்கள் செய்து, கடைசியாய், சென்னை நகரம் முதலிய இடங்களிற் கலெக்டராக இருந்தார். இவர் மிராசுதார் தொடர்பான வழக்குகளிலும், சென்னை மாகாண அரசியல் தொடர்பான எல்லாத் துறைகளிலும் தேர்ந்த நிபுணர் என்று நன்கு மதிக்கப்பட்டனர். தமிழ்மொழி, வடமொழி என்னும் இரண்டிலும் வல்லவர். சென்னையில் வாழ்ந்திருந்த வித்துவான் சாதிநாத பிள்ளை என்பவரிடம் தமிழ் கற்றார். "சென்னைக் கல்விச் சங்கத்"தின்[1] பொறுப்பு வாய்ந்த உறுப்பினராக இருந்தவர். மேற்படி கல்விச் சங்கத்தின் மேலாளரும் சிறந்த தமிழ்ப் புலவருமாய் விளங்கியவருமான முத்து சாமி பிள்ளை என்பவரை 1816-இல் தமிழ் ஜில்லாக்களில் அனுப்பி, பல ஏட்டுச் சுவடிகளைத் தேடிச் சேர்ப்பித்ததோடு, முக்கியமாக, வீரமாமுனிவர் இயற்றிய நூல்களைத் தேடிக்கொண்டு வரச்செய்தார். அன்றியும் முத்து சாமி பிள்ளையவர்களைக்கொண்டே வீரமா முனிவரின் வாழ்க்கை வரலாற்றினைத் தமிழிலும் ஆங்கிலத்திலும் எழுதி வெளியிடத் தூண்டினார். இவர் அவ்வாறு செய்திராவிட்டால், தத்துவபோதக சுவாமி இயற்றிய நூல்கள் அக்காலத்துப் போற்று வாரின்றி இறந்துபட்டது போலவே, வீரமாமுனிவர் இயற்றிய நூல்களும் அவரது வரலாறும் இப்போது தமிழருக்குத் தெரியாமலும் பயன்படாமலும் இறந்துபட்டிருக்கும் என்பதில் ஐயமில்லை.

இதன் பொருட்டுத் தமிழுலகம் இவருக்குக் கடமைப்பட்டிருக்கிறது.

இவர் திருக்குறளின் முதல் பதின்மூன்று அதிகாரத்திற்கு ஆங்கிலத்தில் உரையெழுதி அச்சிட்டிருக்கிறார். சிந்தாமணி, புறநானூறு, நாலடியார், பாரதம் முதலிய நூல்களிலிருந்து மேற்படி உரையில் மேற்கோள்கள் காட்டியிருப்பதிலிருந்து, இவர் பண்டைத் தமிழ் நூல்கள் பலவற்றைப் படித்திருக்கிறார் என்பது நன்கு விளங்குகிறது. திருக்குறளின் மற்றப் பகுதிகளுக்கும் விளக்கவுரை எழுதி

---

[1] Madras College.

அச்சிடுவதற்கு முன்னே, 1819-ஆம் ஆண்டில் இராமநாதபுரத்திற் காலமானார்.

இவர் செய்யுள் இயற்றுவதில் விருப்பமுள்ளவர் என்று தோன்று கிறது. தரவுகொச்சகக் கலிப்பாவாற் சில செய்யுள்களை இயற்றி யிருக்கிறார் என்று தெரிகிறது. அச்செய்யுள்கள் எமக்குக் கிடைக்க வில்லை. இவர் காலத்தில் சென்னை மாநகரில் வாழ்ந்துவந்தவரும், சிறந்த தமிழ்க் கவிஞருமாகிய இராமச்சந்திரக் கவிராயரின் உற்ற நண்பராக இருந்தார். இந்த இராமச்சந்திரக் கவிராயர் "சகுந்தலை விலாசம்", "பாரதி விலாசம்", "தாருகா விலாசம்", "இரணிய வாசகப் பா", "இரங்கோன் சண்டை நாடகம்" முதலிய நூல்களை இயற்றியவர். இக்கவிராயரின் கல்வித் திறமையைப் புகழ்ந்து, எல்லிஸ் துரையாவர்கள் ஒருபாடல் பாடியிருக்கிறார். அது தனிப் படற்றிரட்டிற் சேர்க்கப் பட்டிருக்கிறது. அப்பாடல் இது:

"செந்தமிழ் செல்வனு மோரா யிரந்தலைச் சேடனும்யாழ்
சுந்தரத் தோடிசைவல்லோனும் யாவரும் தோத்திரஞ்செய்
கந்தனைச் சொல்லுங் கவிராமச் சந்த்ரனைக் கண்டுவெட்கி
அந்தர வெற்பிழி பாதாளந் தேடி யடங்கினரே."

5. இரேனியுஸ் ஐயர் (1790-1838)
(Charles Theophilus Edward Rhenius)

இரேனியுஸ் ஐயர் செர்மனி தேசத்திற் பிறந்தவர். தாய் மொழியைக் கற்றுத் தேர்ந்து அரசாங்க ஊழியத்தில் அமர்ந்திருந்த இவர், 1810-இல் பெர்லின் நகரஞ் சென்று "லூத்தரன் மிஷன்" என்னும் சங்கத்தைச் சேர்ந்து, சமய நூல்களைக் கற்றுத் தேர்ந்து, 1812-இல் குருப்பட்டம் அளிக்கப் பெற்றார். பிறகு இங்கிலாந்து சென்று "சர்ச் மிஷன் சங்க"த்தில் 18 மாதங்கள் இருந்த பின்னர், 1814-இல் சென்னைக்கு வந்து சமயத்தொண்டாற்றிவந்தார். 1820-இல் திருநெல்வேலியில் உள்ள பாளையங்கோட்டைக்கு மாற்றப்பட்டு, அங்கே பல ஆண்டுகளாகச் சமய ஊழியஞ்செய்து, பெரும்பாலோரைக் கிறித்துவ மதத்திற் சேர்த்தார். கடைசியாகத் தமது 49-ஆம் வயதில் 1838-ஆம் ஆண்டு சூன் மாதம் 5-ஆம் நாள் காலமானார். இவரது உடல் திருநெல்வேலியில் உள்ள முருகன்குறிச்சி என்னும் இடத்தில் அடக்கம் செய்யப்பட்டது.

நல்லொழுக்கமும் நற்குணமும் பொருந்திய இவர், சமயத் தொண்டுமட்டுமின்றி, பற்பல தரும அறச்செயல்களையும் செய்திருக்கிறார். டோனா என்னும் செர்மனியப் பிரபுவின் பொருளுதவி பெற்றுப் பாளையங்கோட்டைக்குத் தெற்கே 25 மைல் தூரத்தில் ஒரு நிலத்தை வாங்கி அதற்கு டோனாவூர் என்று பெயரிட்டு, அதில் கிறித்தவர்களைக் குடியேற்றினார். "தருமசங்கம்" என்று ஒரு சங்கம் ஏற்படுத்தி, அதன் மூலமாகப் பாடசாலைகள், வீடுகள், கோயில்கள் முதலியன கட்டுவதற்கு நிலங்கள் வாங்கிக் கொடுத்தார். இச்சங்கத்தின் உதவியினால்தான், திருநெல்வேலியில் சாந்தபுரம், சந்தோஷபுரம் முதலிய பன்னிரண்டு கிராமங்கள் ஏற்பட்டன. புத்தகம் எழுதும் சங்கம் ஒன்றுண்டாக்கி, அதன் மூலமாகப் பல புத்தகங்களை வெளியிடச் செய்தார். விதவைகளின் ஆதரிப்புச் சங்கம் ஒன்று ஏற்படுத்தி, மிஷன் ஊழியர்களின் விதவைகளுக்குப் பென்ஷன் (ஜீவனாம்சம்) கொடுத்துவர ஏற்பாடு செய்தார். இவ்விதம் பற்பல

நற்செயல்கள் புரிந்துவந்த இப்பெரியார் இவ்வுலக வாழ்க்கையை நீத்தபோது கண்ணீர்விட்டிரங்காதார் இலர். அச்சமயம் இரேனியுஸ் ஐயரின் உற்ற நண்பராகிய திருப்பாற்கடல் நாத கவிராயர் அவர்கள் பாடிய இரங்கற்பா வருமாறு:

இரேனியூசையர்க்குத் திருப்பாற்கடல் நாதர் பாடிய கையறுநிலை

சரணமென் றடைந்தோர் தங்களுக் கிரங்கித்
தமனிய மீந்துமூ வகையாங்
கரணமென் பவையாற் றீங்குறா வண்ணங்
காசினி தன்னிலா தித்தன்
கிரணம்போ லறிவைப் பரப்பிய விரேனியூ
சென்னுங் கிழவனைச் சார்ந்த
மரணமே நினக்கு மரணம்வந் துறாதேல்
மனத்துய ரறாதுநல் லோர்க்கே

வேதங்கள் யாவு மறிந்தவர் போலு
மெய்ம்மையாந் தன்மையை விளக்கும்
போதகர் போலுங் கோலத்தாற் காட்டிப்
பொருட்படாத் தீமையே யியற்றும்
பாதக ரிருக்க விரேனியூ சென்போன்,
பண்புள்ள குருவென வறிந்தும்
ஏதமி லாத மரணமே யவனை
யேற்றதா லென்பய னடைந்தாய்?

அன்பெனும் விளக்கி லருளெனு நெய்பெய்
தாழ்ந்தசிந் தையைத்திரி யாக்கி
மன்பெரு மானத் தீபம தேற்றிவான்
கடவுளைக் கண்டு மனிதர்க்(கு)
என்புரு கிடநல் லறிவினைப் புகட்டும்
இரேனியூ சென்னும்பே ரிறைவன்
தன்பெரும் புகழை யுலகினிற் பரப்பிச்
சார்ந்தனன் பரகதி தன்னில்

அனைநிக ரன்பு மியேசுவி னருளு
மவனியிற் பொறையும்விண் சுடரோன்
றனைநிக ரொளியு மலைநிகர் வலியுந்
தழைத்திட வாழ்ந்துநன் மொழியால்

கனைகழல் வேந்தர் முதலினோர்க் கறிவு
காட்டிநற் கதியினைச் சார்ந்தான்
றினையள வைய மின்றிநற் கலைக
டேர்ந்த விரேனியூ சென்போன்.

இரேனியுஸ் ஐயர் தமிழ்மொழியில் மிக்க வல்லவர். அக்காலத்தில், 'கவிராயர்' என்றும், 'மகாவித்துவான்' என்றும் சிறப்புப் பெயர் பெற்று விளங்கிய முகவை இராமானுசக் கவிராயரிடத்தில் இவர் தமிழ் கற்றார். கனம் ஜி.யூ. போப் ஐயர் அவர்களும் இரேனியுஸ் ஐயரைத் தமிழிற்றேர்ந்த அறிஞர் என்று புகழ்ந்தெழுதியிருக் கிறார்கள். இரேனியுஸ் ஐயர் பிழையற்ற தெளிவான தமிழ்நடையில் பல நூல்களை இயற்றியிருக்கிறார். இவர் இயற்றியன யாவும் உரை நடை நூல்களே. செய்யுளில் நூல் இயற்றியதாகத் தெரியவில்லை. தமிழிற் சொற்பொழிவு நிகழ்த்துவதில் நாவன்மையும், நூல் எழுதுவதிற் கைவண்மையும் பெற்றுத் திகழ்ந்த இப்பெரியாருடன் திருப்பாற்கடல் நாத கவிராயர் போன்ற பல தமிழ்ப் புலவர்கள் நட்புரிமை பூண்டிருந் தனர்.

இரேனியுஸ் ஐயர் எழுதிய உரைநடையின் மாதிரியைக் கீழே தருகிறோம். இப்பகுதி, அவர் எழுதிய வேத உதாரணத் திரட்டு என்னும் நூலின் 3-ஆம் அதிகாரத்திலுள்ளது.

"அவர்கள் *(அப்போஸ்தலர்கள்)* வஞ்சகர்களாயிராமற் களங்க மில்லாத உண்மையுஞ் சத்தியமுமுள்ளவர்களாயிருந்தார்களே. இது அவர்கள் எழுதின வகையினாலும் எப்படி விளங்குகிறதென்றால், அவர்கள் தாங்கள் எழுதினவைகளாலே யுலகத்திலே தங்களுக்குப் பேருண்டாக்கலாமென் றெண்ணி யெழுதாமற் சனங்களிடத்திலே தோன்றிய அருள் காரணத்தினாலே யேவப்பட்டு எழுதினார்கள். அந்தக் காரணங்கள் தோன்றாமலிருக்குமானால், அவர்கள் ஒரு சரித்திரத்தையும் ஒரு நிருபத்தையும் மெழுத மாட்டார்களென்று தோன்றுகிறது. சபைகள் பெருகின பொழுதுந் தூரமாயிருந்த யூதர் களும் அஞ்ஞானிகளுங் கிறித்து மார்க்கத்தைக் குறித்துப் பல விதமாய்ப் பேசிக்கொண்டு வந்தபொழுதுமல்லவோ, மத்தேயு முதலானவர்கள் தங்கள் புஸ்தகங்களை யெழுதினார்கள். எழுதுகிற போது, அவர்கள் தங்கள் புஸ்தகங்களுக்குச் சாதுரியமான முகவுரை களை யெழுதாமலும் அந்தந்தச் சரித்திரங்களை இணைக்கும்படிக்கு இலக்கணமான பேச்சுக்களைக் கூட்டாமலும், முன்னே நடந்தவை களைக் குறித்தாவது, அவற்றை நடப்பித்தவர்களைக் குறித்தாவது

கண்டிப்புகளைச் சொல்லாமலும் வாசிப்பவர்களுக்கு விசனமும் கலக்கமு முண்டாக்கத்தக்கவைகளைக் குறித்துப் போக்குகளைச் சொல்லாமலுஞ் சந்தேகமுள்ள காரியத்தை நிச்சயமாக்கும்படிக்குத் தந்திரமான தருக்கங்களைக் காட்டாமலும், இந்தக் காரியம் உலகத் தாருக்கு எப்படித் தோன்றுமோ, என்ன விரோதஞ் செய்வார்களோ, இதை நம்புவார்களோ இல்லையோ வென்று விசாரியாமலுந் தாங்கள் கண்டுங் கேட்டுமிருந்த நடக்கைகளை வித்தியாசமில்லாமல் இயல்பா யெழுதினார்கள். அவர்களிப்படி யெழுதினவகையே மிகுந்த வுண்மையைக் காட்டுகின்றது. மற்றெந்த சரித்திரப் புத்தகங்களிலேயும் அப்படிப்பட்ட அடையாளங்களைக் காணோம். அப்போஸ்தலர்கள் தாங்களே நிச்சயமாய் நம்பினதை யுலகத்திற் கறிவிக்கிறார்கள். வாசிக்கிறவர்களுக்கு ஆச்சரிய முண்டாகும்படிக்கு அவர்கள் பிரயாசப் படாமல், நல்ல புத்தியையும் மெய்யறிவையுங் கொடுக்கும்படிக்கு மாத்திரம் பிரயாசப்பட்டுத் தங்களையும் மறந்து தாங்கள் பிரசித்தம் பண்ணும்படி பெற்ற பெரிய சத்தியத்தால் நிறைந்தவர்களா யெழுதி னார்கள். அதினாலே அவர்கள் தங்கள் எசமானுடைய சரித்திரத்திலே உலகத்தாருக்கு முன்பாக அவரை அற்பமாக்கத்தக்க சில விசேஷங் களை மறையாமல் அவருடைய தாயின் எளிமையையும் அவர் தரித்திரத்தோடே பிறந்ததையும், அவருடைய இனத்தார் அவரை யசட்டை பண்ணினதையும் அவர் எளியவராக நடந்து வந்ததையும், அவருடைய சீஷர்கள் கல்வியில்லாத தொழிலாளிகளாயிருந்ததையும், யூதர்களுடைய அதிகாரிகள் வேதபாரகர் முதலான பெரியோர்கள் அவரை நிந்தித்து எப்பொழுதும் விரோதித்ததையும், அவருடைய சீஷர்களில் சிலர் அவரை விட்டுப்போனதையும், பிரதான சீஷர் களிலொருவன் அவரைப் பகைஞருக்குக் காட்டிக்கொடுத்ததையும், அவர் மிகுந்த இகழ்ச்சிப் படத்தக்கதாக இரண்டு கள்ளரின் நடுவே சிலுவைமரத்தில் அறையப்பட்டதையும் விபரமா யெழுதியிருக் கிறார்கள். வஞ்சகர் இப்படி எழுதுவார்களா? தங்களெசமானனுக்குக் கனவீனமானதை யெழுதாமல் அவரை மகிமைப்படுத்துகிறவைகளை மாத்திரம் மிகுந்த ஞாபகத்தோடே யெழுதுவார்களல்லவா? அப்போஸ் தலர்கள் அப்படிச் செய்யாமல், உலகத்தாருக்கு முன்பாகக் கனத்தையும் கனவீனத்தையும் நடந்தபடியே யெழுதியபடியினாலே அவர்கள் நிசஸ்தரென்று நன்றாய் விளங்குகிறது. மேலும் இயேசு கிறிஸ்துவை மகிமைப்படுத்துகிற அற்புதங்களை அவர்கள் மற்றவர்களுடைய மனசையெழுப்பும் படிக்கு அந்தச் செய்திகளுக்கு முன்னாலாவது, பின்னாலாவது அவரைப் புகழ்கிற வசனங்களைச் சொல்லாமல் அந்தச் செய்தியை மாத்திரஞ் சொல்லியிருக்கிறார்கள். அவர்

தம்முடைய சத்துருக்கள் பேசாமலிருக்கும்படிசெய்து செயங் கொண்டதைச் சொல்லுகிறபொழுது, வெற்றிச் சிறப்பான வார்த்தை களைக் கூட்டாமற் சொல்லியிருக்கிறார்கள். தங்கள் சத்துருக் களுக்கும் அவர்கள் மிகுந்த உண்மையையுஞ் சாந்தத்தையுங் காண்பிக்கிறார்கள். கிறிஸ்துநாதரைத் துன்பப்படுத்திக் கொலை செய்தவர்களிற்; காய்பா, அன்னா, பிலாத்து, யூதா என்பவர்களை மாத்திரஞ் சொல்லியிருக்கிறார்கள். அவர்களைக் குறித்துச் சொல்லு கிற பொழுதும் அவர்களுக்கு இகழ்ச்சியான வார்த்தைகளைக் காட் டாமற் சரித்திரத்தை நிறைவாக்கும்படிக்கு மாத்திரம் அவர்களைக் குறித்துச் சொல்லியிருக்கிறார்கள்.”

“அவர்கள் தங்களைக் குறித்துப் பேசுகிறபொழுதும் உண்மை தோன்றுகின்றது. எப்படியென்றால், தங்களுக்குண்டான கன வீனத்தை யவர்கள் மறையாமல் தாங்கள் தாழ்மையிற் பிறந்ததையும், உலகத்திலே யற்பமாயெண்ணப்படுகிற தொழில்களைச் செய்ததையுங் தாங்கள் அடைந்த தரித்திரத்தையுங் தாங்கள் மேன்மையான போதகருக்குச் சீஷர்களாயிருந்தும் அவருடைய போதகத்தை மிகவுந் தாமதமாய் உணர்ந்துகொண்டதையும், விசுவாசத்திற் பலவீன மாயிருந்ததையுஞ், சிலர் இவ்வுலகத்தின்மேலே மிகுந்த ஆசையுள்ள வர்களாயிருந்ததையும் சிலர் தாமதம், கோபம், பொறாமை முதலான வைகளைக் காட்டினதையும், எல்லாரும் இலவுகீக சிந்தையுள்ளவர் களாயிருந்ததையும் தங்கள் போதகர் பிடிக்கப்பட்ட பொழுது பயத் தினாலே அவரைவிட்டோடிப்போனதையும், அவர் இறந்து போன பின்பு முன்போலத் தங்கள் தொழில்களைச் செய்ததையும் அறிவித் திருக்கிறார்கள். அவர்களுக்கு மனசிருந்தால், அவைகளெல்லாவற் றையும் மறைக்கலாமே, அல்லது சொன்னாலும் அவைகளை அற்ப மாக்கும்படிக்குப் பல போக்குகளையுங் காட்டிச் சொல்லலாமே. அப்படிச் செய்யாமல் தங்களுக்கு இகழ்ச்சியானவை களையுஞ் சொல்லிக் கொண்டு வருகிறார்கள். அது உண்மையல்லவா? வஞ்சகர் அப்படிச் செய்ய மாட்டார்களே.”

6. போப் ஐயர் (1820-1907)
(Rev. G.U. Pope, M.A., D.D.)

போப் ஐயர் ஆங்கிலேயர், வெஸ்லியன் மிஷன் சார்பாகத் தமிழ்நாட்டிற் சமயத் தொண்டு செய்து வந்தார். 1839 முதல் பத்து ஆண்டுகள் திருநெல்வேலியில் இருந்தார். அங்கிருக்கும்போது சாயர்புரம் என்னும் இடத்தில் ஒரு பாடசாலையை நிறுவினார். பிறகு தஞ்சாவூரில் எட்டு ஆண்டுகள் வசித்து அங்குள்ள மிஷனையும் உயர் தரப் பாடசாலையையும் மேற்பார்வையிட்டு நிலைப்படுத்தினார். பிறகு, உதகமண்டலம் சென்று சில ஆண்டுவரையில் தொண்டாற்றினார். 1871-இல் பெங்களூருக்குச் சென்று மத குருவாகவும் பிஷப் காட்டன் பாடசாலையின் தலைமை ஆசிரியராகவும் உத்தியோகம் செய்து வந்தார். 1882-இல் இங்கிலாந்து சென்று மான்செஸ்டர்[1] மாகாணத்து எஸ்.பி.ஜி. காரியதரிசியாய் மூன்றாண்டுகள் இருந்தார். பின்னர், ஆக்ஸ்போர்டு பல்கலைக்கழகத்தில் தமிழாசிரியராக அமர்ந்திருந்தார். 1894-ஆம் ஆண்டில் காந்தர்பரி நகரத் தலைமை அத்யட்சகரால் 'வேதசாஸ்திரி' என்னும் டி.டி.[2] பட்டம் இவருக்கு அளிக்கப்பட்டது.

போப் ஐயர், மகா வித்துவான் இராமானுசக் கவிராயரிடம் தமிழ் கற்றார். தமிழ் மொழியின் உண்மைச் சிறப்பை உலகம் அறியும்படி செய்தவர்களில் இவரும் ஒருவர். இவர் இயற்றிய தமிழ்சார்பான நூல்களாவன: திருவாசகம் ஆங்கில மொழிபெயர்ப்பு (இஃது இவரது 80-ஆவது வயதில் எழுதி முடிக்கப்பட்டது), நாலடியார் ஆங்கில மொழிபெயர்ப்பு, திருக்குறள் ஆங்கில மொழிபெயர்ப்பு தமிழ் இலக்கணம் மூன்று பாகங்கள். இவையன்றியும், தமிழ்ச் செய்யுள்களைத் தொகுத்து, "தமிழ் செய்யுட் கலம்பகம்" என்னும் பெயருடன் அச்சிட்டு வெளியிட்டார்; மத சம்பந்தமான துண்டுப் பிரசுரங்களைத் தமிழில் எழுதி வெளியிட்டிருக்கிறார். புறநானூறு, புறப்பொருள் வெண்பாமாலை என்னும் நூல்களிலிருந்து சில பாட்டுக்களை ஆங்கிலத்திற் செய்யுளாக மொழிபெயர்த்திருக்கிறார்.

---

[1] Manchester.

[2] D.D.

தமிழ் இலக்கியங்களைப் பற்றி பல[3] பத்திரிகைகளிற் கட்டுரைகள் எழுதியிருக்கிறார்.

போப் ஐயரின் தமிழ்நடையின் மாதிரிக்காக, அவர் எழுதிய வெஸ்லியன் சங்கம் என்னும் கட்டுரையைக் கீழே தருகிறோம். இக்கட்டுரை பவர் ஐயர் என்பவர் 1841-இல் வெளியிட்ட வேத அகராதி என்னும் நூலில் முதன் முதல் வெளிவந்தது:-

வெஸ்லியன் சங்கம்

"யோவான் வெஸ்லி என்ற வேத சாஸ்திரியால் இந்தச் சங்க மேற்படுத்தப்பட்டதினாலே இதற்கு இந்தப் பேருண்டாயிற்று. அன்றியும் இந்தச் சங்கம் அர்மேனியுஸ்[4] என்றவர் போதித்த சில முக்கியமான உபதேசங்களை ஏற்றுக்கொள்ளுகிறதினாலே அர்மேனியன்[5] சபை என்றும், விசேஷித்த முறைமையாளரென்று அர்த்தங்கொள்ளுகிற மெத்தோடிஸ்து சபை என்றும் பெயர்பெற்றது."

"வெஸ்லியன் சபை ஏற்பட்ட தெப்படியெனில், யோவான் வெஸ்லி[6] என்பவருடைய சகோதரராகிய சார்லஸ் வெஸ்லி[7] என்பவரும் மற்றப் பன்னிரண்டு பெயரும் ஆக்ஸ்போர்ட்[8] என்னும் நகரத்தில் ஸ்தாபிக்கப்பட்டிருக்கிற கல்விச்சாலையிலே படிக்கிற நேரத்தில் அவர்கள் வாரத்தில் இரண்டு மூன்றுநாள் சாயங்காலத்திலே கூடிவந்து வேதப் பயிற்சி செய்து செபம் பண்ணி வந்தார்கள். பிற்பாடு மேற்சொல்லிய இரண்டு சகோதரரும் அமெரிக்காக் கண்டத்திற்குப் போய்ப் பிரசங்கம் பண்ணி அங்கே ஏறக்குறைய ஒன்றரை வருட மட்டுமிருந்தார்கள். தங்கள் தேசத்துக்குத் திரும்பி வந்தபோது திரளான சனங்கள் கெட்டமார்க்கமாய் நடந்து சுவிசேஷத்தை யசட்டை பண்ணி யநேகர் வேதத்தைத் தள்ளியிருக்கிறதைப் பார்த்து மகா வயிராக்கியங் கொண்டு வீதிகளிலும் வெளிகளிலும் பிரசங்கித்து வீதிகளிலும் வேலிகளுக்கருகேயும் புறப்பட்டுப்போய் இயேசுநாதர் கட்டளையிட்டபடி சனங்களை வருந்தி நன்மைக்கழைத்தார்கள்."

---

3 Royal Asiatic Quarterly. The Indian Antiquary, The Indian Magazine and Review.

4 Arminius.

5 Arminian.

6 John Wesley.

7 Charles Wesley.

8 Oxford.

"இவ்விதமாய் வெளியிலே திரிந்து பிரசங்கிக்கத் துவக்குகிற தினாலே அவர்களுக்குப் பெரிய விரோதமுண்டாயிற்று. இப்படி யிருக்கும்போது அநேக குருக்கள்மார் யோவான் வெஸ்லி என்ப வரைத் தங்கள் கோயில்களிலே பிரசங்கியாமல் தடைசெய்தகி னாலே அவர் பல வூரிலுங் கிராமத்திலும் மற்ற இடங்களிலும் பிரவேசித்து ஒருநாளிலே இரண்டு மூன்று தரம் பிரசங்கம் பண்ணிச் சுவிசேஷத்தின் நற்செய்தியை வெளிப்படுத்தினார்."

"அவர் பண்ணும் பிரசங்கங்களைக் கேட்டிருக்கிறவர்களில் அநேக ரதிகமதிகமா யவரண்டைக்கு வந்து அவரைத் தயவுசெய்து தங்களுக்குச் சுவிசேஷத்தைப் பூரணமாய் விஸ்தரித்துப் பேச வேண்டுமென்று கேட்டுக்கொண்டதின்பேரில் அவர் ஏறக்குறையப் பன்னிரண்டு பன்னிரண்டு சனங்களை அந்நியோந்நியக் கூட்டமாகப்[9] பிரித்து ஒவ் வொரு கூட்டத்துக்கு ஒவ்வொரு தலைவனை[10] ஏற்படுத்தி அவர்கள் வாரந்தோறுங் கூடிவந்து பேசித் தேற்றரவு சொல்லி ஒருவருக் கொருவ ருதவி செய்யும்படியாகச் சட்டம் செய்தபின்பு, பற்பல கிராமங்களிலும் பட்டணங்களிலு மப்படிக்கொத்த சபைகளுண் டாக்கப்பட்டன."

"இந்தச் சபையாருக்குள்ளே சிலர் வேதத்திலே தேர்ந்தவர்களும் யோக்கியமுள்ளவர்களுமாயிருந்து மற்றவர்களுக்குப் பிரசங்கிக்கத் தொடங்கினபோது இவர்களைக் கடவுள் தாமே தெரிந்துகொண்டு இவர்களுக்குத் தகுந்த வரத்தைக் கொடுத்தாரென்று வெஸ்லி ஐயர் எண்ணி இது நல்ல காரியமென்று சொல்லி அவர்களுக்குத்தரவு கொடுக்கிறதை யநேகர் கண்டு குருப்பட்டமடைந்தவர்கள் தவிர மற்றவர்கள் பிரசங்கம் பண்ணலாமா வென்று சொல்லி விசனப் பட்டார்கள். வெஸ்லி ஐயரோவெனில் பராபரன் தாமே ஒரு மனிதனைத் தம் ஊழியத்துக்குத் தெரிந்துகொண்டால் நான் பராபரனை எதிர்த்து நிற்கக் கூடுமாவென்று மாறுத்தரஞ் சொல்லித் தேவ பக்தியுள்ள அனேகருக்குப் பிரசங்கிக்க உத்தரவு கொடுத்து வந்தார்."

"வெஸ்லி என்பவரும் அவருக் குதவியாகிய பிரசங்கிகளும் மிகவுந் துன்பப்பட்டார்கள். எப்படியெனில் துஷ்ட ஜனங்களடிக்கடி எழும்பி அவர்களைக் கல்லெறிந்தும் அடித்துஞ் சிறைச் சாலையிலே வைத்துத் துன்பப்படுத்தினார்கள்."

---

9 Class meeting

10 Class leader

"1788-ஆம் வருஷத்திலே சார்லஸ் வெஸ்லி என்பவர் மரண மடைந்தார். யோவான் வெஸ்லி யென்பவரும் 1791-ஆம் வருஷத் திலே மரணமடைந்தார். அவர்களுடைய சரித்திரத்தை விஸ்தாரமா யெழுத வேண்டுமானால் அதிக விரிவாகும்."

"ஆனால் மேற்சொன்ன விசேஷங்களைப் பார்த்தால் அவர்கள் அதிக உண்மையும் உறுதியுமுள்ளவர்களென் றறியலாமே. வெஸ்லி யையர் மரணமடைந்தது முதலிதுவரைக்கு மிந்தச் சபை எங்கும் பரவி மிகவும் பெருகியிருக்கிறது."

7. கால்ட்வெல் ஐயர் (1814-1891)

(Right Rev. Robert Caldwell)

கால்ட்வெல் ஐயர் அயர்லாந்து தேசத்திற் பிறந்தவர். கிளாஸ்கோ கல்லூரியிற் கல்விகற்றுத் தேர்ந்தார். பிறகு இலண்டன் மிஷனரிச் சங்கத்தின் சார்பாகச் சமய ஊழியஞ் செய்யும்பொருட்டு 1838-இல் சென்னைக்கு வந்தார். 1841-இல் குருப்பட்டம் பெற்று அதே ஆண்டில் இங்கிலீஷ் சர்ச்சிற் சேர்ந்தார். பின்னர், திருநெல் வேலிக்குச் சென்று அங்கு இடையன்குடி என்னும் ஊரில் தங்கி ஐம்பது ஆண்டுகளாக மதத்தொண்டு செய்துவந்தார். இவர் திருநெல் வேலிக்குப் போகுமுன் அங்கு 600 கிறித்தவர்கள் தாம் இருந்தார்கள். இவர் அங்குச் சென்று ஊழியஞ் செய்ததன் பயனாக, சில ஆண்டு களுக்குள் 1,00,000 பேராகக் கிறித்தவரின் தொகை அதிகப் பட்டது. 1877-ல் இவர் திருநெல்வேலி பிஷப்பாகப் பட்டங் கட்டப்பெற்றார். பிறகு, தள்ளாமையை முன்னிட்டு 1891-ஆம் ஆண்டு சனவரி மாதம் 31ஆம் நாள் உத்தியோகத்தினின்று நீங்கிக் கொடைக்கானல் மலையில் வாழ்ந்துவந்தார். கடைசியாக, அதே ஆண்டில் ஆகஸ்டு மாதம் 28-ஆம் நாள் காலமானார். இவருடைய உடல் இடையன்குடிக்குக் கொண்டுபோகப்பட்டு அங்கு இவராற் கட்டப்பட்ட ஆலயத்தில் அடக்கஞ் செய்யப்பட்டது. இவருடைய புகழ் ஐரோப்பா முதலிய மேல்நாடுகளிற் பரவியிருப்பதற்குக் காரணம், இவர் ஆங்கிலமொழியில் இயற்றிய "திராவிட மொழி களின் ஒப்பிலக்கணம்" என்னும் நூலேயாகும். "இராயல் ஆசியாடிக் சங்கம்," "சென்னைப் பல்கலைக்கழகம்" முதலிய சங்கங்களில் இவர் உறுப்பினராக இருந்தார். இவரது பரந்த கல்வியறிவைப் பாராட்டி இவருக்கு எல்.எல்.டி.[1] பட்டமும் டி.டி.[2] பட்டமும் அளிக்கப்பட்டன.

இவர் யாரிடம் தமிழ்க்கல்வி கற்றார் என்று தெரியவில்லை. ஆனால், தமிழை நன்கு கற்றவர் என்பதில் ஐயமில்லை. தமிழ்

---

1 L.L.D.

2 D.D.

மட்டுமின்றி, தெலுங்கு, கன்னடம், மலையாளம் முதலிய மொழி களையும் கற்றவர். இவர் இயற்றிய நூல்களுள் சிறந்தது "திராவிட மொழிகளின் ஒப்பிலக்கணம்"[3] இஃது ஆங்கிலத்தில் எழுதப்பட்டது. இதில் திராவிட மொழிகளான தமிழ், தெலுங்கு, கன்னடம், மலையாளம், துளுவம் முதலிய மொழிகள் ஓரினத்தைச் சேர்ந்தவை என்பதையும், அவற்றிற்குள்ள ஒற்றுமைகளையும் விளக்கி எழுதி யிருக்கிறார். திராவிட மொழிகள் ஓரினத்தைச் சேர்ந்தவை என்பதை முதன்முதல் உலகத்தாருக்கு விளக்கிச் சொன்னவர் இவரே. "திருநெல்வேலிச் சரித்திரம்" என்பது இவரால் ஆங்கிலத்தில் எழுதப் பட்டது.

இவரியற்றிய தமிழ் நூல்கள்: நற்கருணைத் தியான மாலை, *(1853)* தாமரைத் தடாகம். *(1871)* இவையன்றி ஞான ஸ்நானம், நற்கருணை என்னும் பொருள் பற்றித் தமிழில் இரண்டு நீண்ட கட்டுரைகளை எழுதியிருக்கிறார். இக்கட்டுரைகள், என்ரி பவர் ஐயர் 1841-இல் எழுதி அச்சிட்ட "வேத அகராதி" என்னும் புத்தகத்திற் சேர்க்கப்பட்டிருக்கின்றன. இவர் சில துண்டுப் பிரசுரங்களையும் தமிழில் எழுதி வெளியிட்டிருக்கிறார்.

இவருடைய தமிழ் உரைநடையின் மாதிரியைக் கீழே தருகி றோம். இஃது இவர் இயற்றிய "நற்கருணைத் தியானமாலை" என்னும் நூலிலிருந்து எடுக்கப்பட்டது:

"கர்த்தருடைய இராப் போஜனத்தைச் சேர்ந்தவர்களும் அதற்கு ஆயத்தமாகிறவர்களும் தங்களைச் சோதித்தறிந்து செபத் தியானஞ் செய்து சேரவேண்டிய ஒழுங்கிருக்க, இத்தேசத்துக் கிறிஸ்தவர்களில் அநேகர் வேதவசனத்தை நன்றாய் அறியாதவர்களாயும், தேவ பக்தியில் தேறாதவர்களாயும் தியானம் பண்ணுகிறதில் வழக்கப் படாதவர்களாயும் இருப்பதினாலே, நற்கருணைக்கென்று ஆயத்தம் பண்ணிக்கொள்ளுஞ் சமயத்திலும் அதை வாங்குந் தருணத்திலும் வாசிக்கத்தக்க செபத்தியானங்களுள்ள புத்தகம் அவர்களுக்கு அவசியம் தேவையாயிருக்கின்றது. அப்படியிருந்தும் இதுவரையில் அப்படிப் பட்ட புத்தகம் இல்லாததால் அநேகர் ஏற்றபடி கர்த்தருடைய பக்தியில் சேர ஏதுவில்லாமல், தரிசு நிலத்தில் மழை பெய்தும் பயிர் விளையாததுபோல், ஆசீர்வாதமும் ஆறுதலும் அடையாமல் போன துண்டு. இதைக் குறித்து நெடுக விசாரப்பட்டு இக்குறைவைத் தீர்க்க என்ன செய்யலாமென்று யோசித்து, நற்கருணைத் தியானப்

---

3 A comparative Grammar of the Dravidian Languages.

புத்தகமொன்றைச் செய்யும்படி தீர்மானித்ததின்பேரில் ஐரோப்பாக் கண்டத்தில் உத்தமபக்தியும் ஞானமுமுள்ள குருமார் அக்கண்டத்துக் கிறிஸ்தவர்கள் பிரயோசனத்திற்காகச் செய்த நற்கருணை ஆயத்தப் புத்தகங்களைப் பரிசோதித்து அவற்றில் இத்தேசத்துச் சபையார் புத்திக்கும் தமிழ்மொழிக்கும் இசைந்தவைகளைத் தெரிந்தெடுத்து, கூட்டியும் குறைத்தும் இப்புத்தகத்தை உண்டாக்கி இருக்கிறேன்.

இச்செபத் தியானங்களை அவரவர் தனித்து வாசிக்கிறதுமின்றி, கிறிஸ்தவர்கள் செபஞ் செய்யும்படி கூடிவரும் வேளைகளிலும் சில தியானங்களை வாசிக்கத்தகும்."

"தேவ நற்கருணை வாங்கும்போதெல்லாம் இப்புத்தகத்தில் அடங்கியிருக்கிற செபத்தியானங்கள் ஒவ்வொன்றையும் முறையாய் வாசிக்கவேண்டுமென்று நினைக்க வேண்டாம். ஒரு மாதத்தில் சில தியானங்களையும் அடுத்த மாதத்தில் மற்றுஞ் சில தியானங்களையும் வாசித்தால் எப்பொழுதும் எழுப்புதல் உண்டாக ஏதுவாக இருக்கும். இப்புத்தகம் உதவியே யன்றித் தடையல்ல; மாலையேயன்றி விலக் கல்ல. இயேசு இரட்சகரின் அன்பை நினைவுகூர்ந்து கொண்டாடு வதற்குக் கிறிஸ்துவர்கள் எப்பொழுதும் ஆயத்தமாயிருக்க வேண்டிய தால், இப்படிப்பட்ட செபத் தியானங்களை வாசிக்கச் சமயம் கிடையாவிட்டாலும் கர்த்தருடைய பந்தியில் சேராமல் இருக்கக் கூடாது."

"இப்புத்தகத்திலுள்ள செபங்களையுந் தியானங்களையும் வாசிக்கிற ஆயத்தமே போதுமென்று ஒருவரும் நினைத்து மோசம் போகக் கூடாது. பாவத்தை உணர்தலும் கிறிஸ்துவை விசுவாசித்துப் பற்றிக் கொள்ளுதலும் அவர் அருளும் வரப்பிரசாதங்களை வாஞ்சித்தலு மாகிய ஆயத்தம் அவசியம் வேண்டும். இவ்வாயத்தமில்லாமல் எந்தத் தியானங்களை வாசித்தாலும் எவ்வகை எத்தனஞ் செய்து முயன்றாலும் பிரயோசனம் வராது. கர்த்தருடைய இராப் போசனம் ஆவிக்குரிய விருந்தாதலால் ஆவியோடும் உண்மையோடும் சேருகிறவர்களே அதற்குப் பாத்திரவான்கள்."

"இத்தேசத்துக் கிறிஸ்தவர்கள் இப்புத்தகத்தின் உதவியால் பக்திக் கேற்ற ஆயத்தத்தோடே தேவ நற்கருணையை வாங்கும்படிக்கும், கர்த்தர் தயவுள்ளவர் என்கிறதை ருசித்துப் பார்த்து இயேசு கிறிஸ்துவை அறியும் அறிவிலும் கிருபையிலும் வளர்ந்தேறி வரும்படிக்கும், பராபரன் கட்டளையிட்டு ஆசீர்வாதந் தந்தருளக் கடவர்."

ஆயத்த செபம்

"சகல ஞானத்தையும் ஈகிறவரே, நான் என் இருதயத்தை எப்படி ஆராய்ந்தாலும், உமது விருந்துக்கு என்னை எப்படி எத்தனப்படுத் தினாலும், உம்முடைய உதவியும் ஆசீர்வாத முமில்லாமல் என் முயற்சிகளெல்லாம் விருதாவாய்ப் போகும். நீரே என் கண்களைத் திறந்து என் இருதயத்தை இளகச்செய்யாவிட்டால் என் பாவங் களை நான் அறிந்துகொள்வதெப்படி? நீரே விசுவாசந் தராவிட்டால், நான் கிறிஸ்து இரட்சகரின் கிருபையைச் சார்ந்து அவர் மேலேயே முழு நம்பிக்கையை வைப்பதெப்படி? நீரே உம்முடைய ஆவியி னாலே என்னைச் சுத்திகரியாவிட்டால், அசுத்தமும் தீவினையும் என்னில் நிலைக்கும். ஆகையால், என் தேவனே உம்மிடத்தில் வருகிறேன். நீரே என் இருதயத்தை எனக்குக் காண்பித்து, உமது பந்தியைச் சேருதற்கேற்ற குணங்களையும் ஆயத்தத்தையும் எனக்குத் தாரும். கேட்கிற எனக்குக் கொடும்; தேடுகிற நான் கண்டடையச் செய்யும், தட்டுகிற எனக்கு வாசலைத் திறந்தருளும். ஆமன்."

8. பெர்ஸிவல் ஐயர் (1803-1872)

(Rev. Pater Percival)

வெஸ்லியன் மிஷன் சங்கத்தைச் சேர்ந்த இவர் கி.பி. 1833-இல் யாழ்ப்பாணம் வந்தார். ஸ்ரீலஸ்ரீ ஆறுமுக நாவலரிடம் தமிழ்க் கல்வி பயின்றார். 1835-ஆம் ஆண்டு யாழ்ப்பாணம் மத்திய கல்லூரியை நிறுவினார். கிறித்துவ மத சம்பந்தமான சில சிறு நூல்களைத் தமிழில் எழுதி வெளியிட்டார். தமிழில் வழங்கும் பழமொழிகளைத் திரட்டி (1873 பழமொழிகள்)ஆங்கில மொழிபெயர்ப்புடன் 1843-ஆம் ஆண்டு அச்சிட்டார். ஆங்கிலத் தமிழ் அகராதியையும் எழுதி வெளி யிட்டார். சென்னையில் 1855-ஆம் ஆண்டில் தினவர்த்தமானி என்னும் வாரப் பத்திரிக்கையை நடத்தினார்.

9. தெய்லர் ஐயர் (1796-1878)

(Rev. W. Taylor)

தமிழில் சிறு நூல்களை எழுதினார். வேதாத்தாட்சி என்னும் நூலை எழுதி 1834-இல் சென்னையில் அச்சிட்டார். ஆங்கிலேயர் தமிழ் கற்பதற்காக 46 பக்கமுள்ள ஒரு சிறு நூல் எழுதி 1861-இல் அச்சிட்டார். வெற்றி வேற்கைய ஆங்கிலத்தில் மொழிபெயர்த்தார்.

10. ஜோகன் பிலிப் பெப்ரீசியஸ் (1711-1791)

(Rev. J. Ph. Fabricius)

இவர் ஜெர்மனி தேசத்தவர். கி.பி. 1711-இல் பிறந்தார். தரங்கம்பாடிக்கு 1740-இல் வந்து இரண்டு ஆண்டு அங்கிருந்து பிறகு சென்னைக்கு வந்தார். 1791-இல் காலமானார். தமிழ் கற்றவர். இவருடைய தமிழ் சொற்பொழிவு மெச்சத்தக்கனவாம். இவர் எழுதிய பிரார்த்தனைப் புத்தகம் நடையழகும் சொல்நோக்கும் பொருள் அழகும் உடையதாம். இவர், பில்கிரிமிஸ் பிராக்ரஸ்[1] என்னும் நூலைத் தமிழில் எழுதிச் சென்னையில் அச்சிட்டார்.

---

1. Pilgrim's progress.

11. கிளார்க் ஐயர்

(Rev. W. Clark)

இவர் தமிழில் சில நூல்களை எழுதியிருக்கிறார். தீர்க்க தரிசன வியாக்கியானம், போதகா ஒழுக்கம் என்னும் இவ்விரண்டு நூல் களையும் இவர் எழுதினார். இந்நூல்கள் 1865-இல் பாளையங் கோட்டையில் அச்சிடப்பட்டன.

12. ராட்லர் ஐயர் (1749-1836)

(Rev. J.P. Rottler, M.A.)

இவர் பிரான்ஸ் தேசத்தில் 1749-இல் பிறந்தவர். சமய ஊழிய ராகத் தரங்கம்பாடிக்கு 1776-இல் வந்தார். பிறகு 1803-இல் சென்னைக்கு வந்து தேவ ஊழியம் செய்தார். அறுபது ஆண்டு இங்கு வாழ்ந்திருந்து, தமது எண்பத்தேழாம் வயதிலே 1836-இல் காலமானார். இவர் எழுதிய தமிழ் ஆங்கில அகராதி அக்காலத்தில் பேர் போனது.

13. உவின்ஸ்லோ ஐயர் (1789-1864)

(Rev. Dr. Winslow)

யாழ்ப்பாணத்திலும் சென்னையிலும் சமய ஊழியம் செய்திருந் தார். 1823 முதல் 1840 வரையில் பல துண்டுப் பிரசுரங்களையும் எழுதி வெளியிட்டார். இவர் எழுதிய உவின்ஸ்லோ அகராதி அக்காலத்தில் பேர் போனது.

14. துரு ஐயர்

(Rev. W. H. Drew)

இயற்றமிழாசிரியர் இராமாநுச கவிராயர் அவர்களிடம் தமிழ் கற்றவர். கவிராயர் அவர்கள் எழுதிய இராமாநுச காண்டிகை என்னும் நன்னூல் உரைப்பாயிரத்தில்,

> "இல்லையாந் தன்னிகரென வுலகோ துறூஉ
> முல்லையாந் துருவெனு மொளிகொள் போதகனும்."

என்று கூறப்பட்டவர் இவரே. துரு ஐயர் சமய சம்பந்தமான சில துண்டுப் பிரசுரங்களை எழுதியிருக்கிறார். திருக்குறளின் சில அதிகாரங்களை ஆங்கிலத்தில் மொழிபெயர்த்திருக்கிறார்.

பண்டைக்காலத்தில் இருந்த தமிழறிந்த ஐரோப்பியர்கள் பற் பலராவர். அவர்களில் ஒருசிலரை மட்டும் மேலே எழுதினோம். ஏனையோரைப் பற்றி எழுதப் புகுந்தால் புத்தகம் பெரிதாகும் என அஞ்சி எழுதாமல் விடப்பட்டது. ஷுல்ஸ் ஐயர் (1689-1760), வால்த் ஐயர் (1729-1760), சுவார்ச் ஐயர் (1726-1741), அருளானந்தர் என்னும் ஜான்-டி-பிரிட்டோ, பிரெஞ்சியரான பிஷப் சார் ஜன்ட், ஜூலியன் உவின்சன், வாக்கர் ஐயர், கிரால் ஆசிரியர் முதலிய இன்னும் பற்பல தமிழறிந்த ஐரோப்பியரைப் பற்றி இங்கு விரிவாக எழுத இடமில்லாதது பற்றி வருந்துகிறோம். இவர்களைப்பற்றித் தனிப் புத்தகம் எழுதுவது நலம்.

இப்போது உள்ள தமிழறிந்த ஐரோப்பியரைப்பற்றி இங்கு எழுதப்படவில்லை.

9. தமிழ்ப்புலமை வாய்ந்த நம் நாட்டுக் கிறித்துவர்

*த*மிழ்மொழிக்கு ஐரோப்பியர் செய்த தொண்டுகளை மட்டும் ஆராய்வதே இந்நூல் எழுதப்பட்டதன் நோக்கமாகும். ஆனால், இந்நூலுக்கு "ஐரோப்பியருந் தமிழும்" என்று பெயர் சூட்டாமல், "கிறித்துவமும் தமிழும்" எனப் பொதுப்படப் பெயர் அமைக்கப் பட்டதனால், நம் நாட்டுக் கிறித்தவர்களின் தமிழ்த் தொண்டுகளைப் பற்றியும் இங்குக் கூற வேண்டுவது முறையே. அங்ஙனம் தமிழ்க் கிறித்துவர்களின் தமிழ்த்தொண்டுகளை எழுதப்புகுந்தால், அன்னவர் மிகப் பலராதலின், இந்நூல் பன்மடங்கு பெருகும் என்பதையுணர்ந்து, அவர்களுள் ஒரு சிலரைப் பற்றிய குறிப்புகளை மட்டும் இங்குச் சுருக்கமாக எழுதுகிறோம்.

அந்தோனிக் குட்டி அண்ணாவியார்:- திருநெல்வேலிச் சில்லா மணப்பாறையிற் பிறந்தவர். பேர்பெற்ற வீரமாமுனிவரின் காலத்தி லிருந்தவர். சிறந்த தமிழ்ப் புலவர். இவர் இயேசுநாதர்மீது பல பாடல்களைப் பாடியிருக்கிறார். இப்பாடல்கள் அனைத்தும் ஒன்று திரட்டி யாழ்ப்பாணத்தில் அச்சிடப்பட்டிருக்கின்றன.

அரிகிருஷ்ண பிள்ளை:- (1827-1900) கரையிருப்பு என்னும் ஊரிற் பிறந்தவர். மகாவித்துவான் இராமநுச கவிராயரிடம் கல்வி கற்றவர். சாயர் கல்விச் சாலையிலும், சர்ச்மிஷன் கல்லூரியிலும் தமிழாசிரியராக இருந்தார். சிறந்த கல்விமான். இவர் இயற்றியது "இரட்சணிய யாத்திரிகம்" என்னும் காவியநூல்.

இன்ப கவி:- திருநெல்வேலியில் உள்ள மணப்பாறை என்னும் ஊரைச் சேர்ந்தவர். எட்டயபுரம் சமஸ்தானத்திலும், தஞ்சை சரபோசி ராசா சமஸ்தானத்திலும் நன்கு மதிக்கப்பட்டவர். கவிகளை இனிமை யாகப்பாடும் ஆற்றல் வாய்ந்தவர். இவர் அவ்வப்போது இயற்றிய தனிச்செய்யுள்கள் பல. யாழ்ப்பாணத்தில் கச்சேரி முதலியாராயிருந்த முத்துக்கிருஷ்ணா என்பவர்மேல் 'குறவஞ்சி நாடகம்' இயற்றியிருக் கிறார். இவர் மணப்பாறையில் காலமானார்.

கனகசபைப் புலவர்:- இவர் ஊர் யாழ்ப்பாணத்தைச் சேர்ந்த அளவெட்டி. தமிழ்மொழியை நன்கு கற்றவர். விரைந்து

கவிபாடும் திறமை வாய்ந்தவர். பல தனிக்கவிகளும், "அழகர் சாமி மடல்", "திருவாக்கு புராணம்"முதலிய நூல்களும் இயற்றியுள்ளார்.

குமாரகுல சிங்க முதலியார்:- இவர் ஊர் யாழ்ப்பாணத்தைச் சேர்ந்த தெல்லிப்பழை. தமிழ், ஆங்கிலம் என்னும் இரண்டு மொழிகளையும் நன்கு கற்றவர். நியாய சபையிலே துவிபாஷி யாகவும், பின்னர் உயர்தர உத்தியோகத்தராகவும் இருந்தவர். தமிழிற் பல தனிக்கவிகளும், "பதிவிரதை விலாசம்" முதலிய நூல்களும் இயற்றியுள்ளார்.

சதாசிவம் பிள்ளை:- இவரது ஊர் யாழ்ப்பாணத்து மானிப்பாய். இவருக்கு ஆர்னால்ட்[1] என்று மற்றொரு பெயரும் உண்டு. தமிழ் மொழியிலும் ஆங்கில மொழியிலும் வல்லவர். யாழ்ப்பாணக் கல்லூரியில் தமிழ்ப் புலவராக இருந்தவர். "உதய தாரகை"[2] என்னும் ஆங்கில-தமிழ்ப் பத்திரிகையின் ஆசிரியராகப் பல ஆண்டுகள் இருந்தார். இவரியற்றிய நூல்கள்: "மெய்வேத சாரம்", "திருச்சதகம்", "நன்னெறி மாலை", "நன்னெறிக் கொத்து", "சத்போதசாரம்", "இல்லற நொண்டி", "வெல்லையந்தாதி" என்னும் செய்யுள் நூல்களும், "நன்னெறி கதாசங்கிரகம்", "பாவலர் சரித்திர தீபகம்", "உலக சரித்திரம்", "வான சாஸ்திரம்" முதலிய வசன நூல்களுமாம்.

பவர் ஐயர்[3] *:-* யூரேஷியர். தமிழ் மொழியை சாஸ்திரம் ஐயர் என்னும் சைன வித்துவானிடம் நன்கு கற்ற அறிஞர். புலவர்களால் நன்கு மதிக்கப்பட்டவர். திருநெல்வேலியில் வேதியர் புரத்தில் எஸ்.பி.ஜி. மிஷனரி சங்கத்தில் சமய ஊழியம் செய்தவர். சமய சம்பந்தமாகப் பல தமிழ் நூல்களை எழுதியவர். மிஷனரி சங்கங்கள் ஒன்றுசேர்ந்து விவிலிய வேதத்தின் புதிய ஏற்பாட்டுத் தமிழ் மொழிபெயர்ப்பை நல்ல முறையில் திருத்த வேண்டுமென்று யோசித்தபோது, திருத்தி எழுதும் பொறுப்பு இவருக்கு அளிக்கப்பட்டது. அந்தக் குழுவில் கால்டுவெல் ஐயர் அவர்களும் அங்கத்தினராக இருந்தார் என்பது குறிப்பிடத்தக்கது. திருத்தியமைப்பதை 1858-இல் தொடங்கி 1865-இல் முடித்தார். பின்னர் பழைய ஏற்பாட்டையும் திருத்தியமைக்க 1864-இல் நியமிக்கப் பட்டார். 1886-இல் சீவக சிந்தாமணியின் சில பகுதிகளை அச்சிட்டு வெளியனுப்பினார்.

---

1 J.R. Arnold.

2 Morning Star.

3 Rev. H. Bower.

வேத அகராதி (1841):- நியாயப்பிரமாண விளக்கம் (1847) விசுவாசப் பிரமாண விளக்கம், இந்து மதத்துக்கும் பாப்பு மதத்துக்கும் இருக்கிற சம்பந்த விளக்கம் தர்ம சாஸ்திரசாரம் முதலிய நூல்களை எழுதியிருக்கிறார்.

சற்குணம் உவின்பிரேட் ஐயர்:- (1810-1879) திருநெல்வேலியைச் சேர்ந்த வாழையடி முதலூர் என்னும் நாசரேத்தூரிற் பிறந்தவர். தமிழ், ஆங்கிலம், லத்தீன், கிரீக்கு, எபிரேபிய மொழிகளைக் கற்றவர். 'பனியன்ஸ் ஹோலிவார்'[4] என்னும் ஆங்கில நூலைத் "திருப் போராடல்" என்னும் பெயருடன் தமிழில் மொழிபெயர்த்தார். "தாவீதரசன் அம்மானை", "உதிர மகத்துவம்", "இரத்தினாவலி நாடகக் கதை" முதலிய நூல்களையும் இயற்றியிருக்கிறார்.

சாமுவேல் பவுல் ஐயர்:- (1844-1900) இவர் முதலில் உபாத்தியாயராகவும், பின்னர் உபதேசியராகவும். கடைசியிற் குருவாகவும் விளங்கினார். 1890 முதல் "நற்போதகம்" என்னும் பத்திரிகையின் ஆசிரியராக இருந்து நடத்திவந்தார். 1898-இல் இவருக்கு "ராவ்சாகிப்" என்னும் பட்டம் அளிக்கப்பட்டது. "பரதேசியின் மோட்சப்பிரயாணம்" முதலிய பல நூல்களை மொழிபெயர்த்திருக்கிறார்.

சிதம்பரம் பிள்ளை:- இவரது ஊர் யாழ்ப்பாணத்துச் சங்குவேலி. தமிழ், ஆங்கிலம் என்னும் இரு மொழிகளையும் நன்கு கற்றுத் தேர்ந்தவர். உபாத்திமைத்தொழில் புரிந்துவந்தார். ஆங்கில தர்க்க விதிகளைத் தமிழிற் பாட்டும் உரையுமாக மொழிபெயர்த்து, "நியாய இலக்கணம்" என்னும் பெயருடன் வெளியிட்டிருக்கிறார். இதுவன்றி, "தமிழ் வியாகரணம்," "இலக்கிய சங்கிரகம்" என்னும் நூல்களையும் அச்சிட்டு வெளிப்படுத்தியிருக்கிறார்.

நயனப்ப முதலியார்:- (1779-1845) இவரூர் புதுச்சேரி. இளமையிலேயே தமிழை நன்கு கற்றுத் தேர்ந்து விளங்கினார். இவர் தமது 18-ஆவது வயதில் "சென்னைத் தமிழ்ச் சங்கத்தில்"[5] தமிழாசிரியராயமர்ந்தார். சிற்றம்பலக்கோவை, தஞ்சைவாணன் கோவை, ஒருதுறைக்கோவை, நாலடியார், திவாகரம், சூடாமணி நிகண்டு முதலிய நூல்களை ஏட்டுப் பிரதியிலிருந்து ஆராய்ந்து அச்சிட்டு வெளிப்படுத்தினார். வில்லிபுத்தூரார் பாரதத்தை ஆராய்ந்து அச்சிடு வதற்காகச் சென்னையில் ஒரு கமிட்டி (சபை) ஏற்படுத்திய போது

---

4 Bunyan's Holy War.

5 Madras College.

அதன் பதிப்பாசிரியராக இவரை நியமித்தார்கள். ஆனால், இவர் ஏடுகளைத் தேடிக்கொண்டிருக்கும்போதே திடீரெனக் காலமானார்.

பிலிப்புதெமெல்லோ:- (1723-1790) இவர் உயர்ந்த தமிழ்க் குடும்பத்தைச் சேர்ந்தவர். இலங்கையைச் சேர்ந்த கொழும்பில் கேட்வாசல் முதலியார் என்னும் உயர்தர உத்தியோகத்தராயிருந்த சைமன்-தெ-மெல்லோ என்பவரின் புதல்வர். தமிழ், எபிரேயு, கிரீக்கு, லத்தீன், டச்சு, போர்ச்சுகீஸ் பாஷைகளை நன்கு கற்றவர். சமய ஊழியம் செய்து, பின்னர்க் கொழும்பு நார்மல் பாட சாலையில் ஆசிரியராக இருந்தார். 1753 வருசம் இலங்கை வட மாகாணத்திற்குப் பெரிய மத குருவாக ஏற்படுத்தப்பட்டார். அரசாங்கத்தாராலும் மற்றவர்களாலும் நன்கு மதிக்கப்பட்டவர். இவர் "சத்தியத்தின் செயம்" என்னும் நூலையும், கேட்வாசல் முதலியார் உத்தியோகம் செய்திருந்த மருதப்ப பிள்ளை என்பவர் மேல் "மருதப்பக் குறவஞ்சி" என்னும் நூலையும் இயற்றியிருக்கிறார். இவர் இயற்றிய 120 செய்யுள்கள் சூடாமணி நிகண்டிற் சேர்க்கப் பட்டு, 1859-இல் மானிப்பாய் அச்சுக்கூடத்தில் அச்சிடப்பட்டிருக் கின்றன. இன்னும் மத சம்பந்தமாக சில நூல்களையும் இவர் இயற்றியிருப்பதாகத் தெரிகிறது. கூழங்கைத் தம்பிரான் என்பவர் "யோசேப்புப் புராணம்" இயற்றி, அதனை இவருக்கு உரிமை செய்ததாகக் கூறுவர்.

முத்துசாமிப் பிள்ளை:- இவர் புதுச்சேரியிற் பிறந்தவர். தமிழைச் செவ்வனே கற்றுக் கவியியற்றும் வல்லமை வாய்ந்தவர். தெலுங்கு, சமக்கிருதம், லத்தீன், ஆங்கிலம் என்னும் மொழிகளையும் கற்றவர். சென்னைக் கல்விச் சங்கத்தின் மேலாளராக[6] இருந்தார். தமிழ்ப் புலமை வாய்ந்த எல்லிஸ் துரையவர்கள் விருப்பப்படி இவர் தமிழ்ச் சில்லாக்களில் யாத்திரை செய்து ஏட்டுச் சுவடிகளைத் தேடிக்கொண்டு வந்து, சென்னைக் கல்விச்சங்கப் புத்தகசாலைக்குக் கொடுத்தார். வீரமாமுனிவர் சரித்திரத்தைத் தமிழிலும் ஆங்கிலத்திலும் எழுதி வெளியிட்டார். கிறித்து மதத்தைத் தாக்கி, சந்தகவி பொன்னம்பலம் என்பவர் எழுதியதை மறுத்துத் திக்காரம் என்னும் நூலைப் பாட்டும் வசனமுமாக இயற்றி, அதனைப் பல அறிஞர் கூடிய சபையில் அரங்கேற்றிப் பல்லோராலும் புகழ்ந்து கொண்டாடப்பட்டார். எல்லிஸ் துரையவர்கள் எழுதிய தரவு கொச்சகக் கலிப்பாக்களின் கடைசியில் 'நமச்சிவாய' என்னும் சொல் அமைந்திருப்பதைக் கண்டு எல்லிஸ் துரையவர்கள் இந்து மதத்தைச் சேர்ந்துவிட்டார் என்று சிலர்

6 Manger.

சொல்லியதை மறுத்து, இவர் மேற்படி பாக்களுக்கு உரை எழுதி, "நமச்சிவாய" என்னும் பதத்திற்குப் பொருள் "கடவுளுக்கு வணக்கம்" என்பதன்றி வேறில்லை என்று நிலைநாட்டினார். இவர் 1840-ஆம் ஆண்டு காலமானார்.

வித்துவான் சாமிநாத பிள்ளை:- இவர் புதுச்சேரியிற் பிறந்தவர். சிறுவயதிலேயே தமிழ் கற்றுத் தேர்ந்தவர். வாலிப வயதில் "நசரைக் கலம்பகம்," "சாமிநாதன் பிள்ளைத் தமிழ்" என்னும் நூல்களை இயற்றினார். இவர் சென்னைக்குச் சென்று அங்கு வாழ்ந்திருந்தபோது எல்லிஸ் துரைக்குத் தமிழாசிரியராக அமர்ந்தார். இவர் இயற்றிய "ஞானாதிக்கராயர் காப்பியம்" இவரின் நூல்களிற் சிறந்தது.

வேதநாயகம் பிள்ளை:- இவரது ஊர் திரிசிரபுரத்துக்கு அண்மை யிலுள்ள குளத்தூர். சீகாழி, மாயவரம் முதலிய இடங்களில் நீதிபதி உத்தியோகம் செய்தவர். தமிழில் தேர்ந்த புலவர். வசனம், செய்யுள் என்னும் இரண்டிலும் நூல் இயற்றும் திறமை வாய்ந்தவர். 1889-ஆம் ஆண்டு காலமானார். இவரியற்றிய நூல்கள்: "சர்வசமய சமரசக் கீர்த்தனை", "நீதிநூல்", "பெண்மதி மாலை", "பிரதாப முதலியார் சரித்திரம்", "சுகுணசுந்தரி சரித்திரம்" முதலியன.

வேதநாயக சாஸ்திரி:- 1773ஆம் ஆண்டு பிறந்தார். தஞ்சாவூரில் வாழ்ந்தவர். தமிழ்க்கவி பாடுவதிற் சிறந்தவர். "பேரின்பக் காதல்," "இயேசுவின் பேரில் பதங்கள்," "ஜெபமாலை" "பெத்லேகம் குறவஞ்சி," ஞானவுலா" முதலான பல நூல்களை இயற்றியிருக்கிறார்.

இ. சாமுவேல் பிள்ளை:- இவர் தொல்காப்பிய நன்னூல் என்னும் நூலை 1858-ஆம் ஆண்டு எழுதி அச்சிட்டார். இந்நூலில், தொல் காப்பியமும் நன்னூலும் தம்முள் ஒற்றுமை வேற்றுமைகள் விளங்க ஒருபான்மை உதாரணமாய்ச் சூத்திர சம்பந்தத்துடனே அச்சிடப் பட்டிருக்கின்றன. இஃது ஓர் அருமையான நூல். புதுவைத் தமிழ்ப் புலவர் பொன்னுசாமி முதலியாரவர்கள், தரங்காபுரம் சண்முகக் கவிராயரவர்கள், புரசை அஷ்டாவதானம் சபாபதி முதலியார் அவர்கள் முதலியவர்கள் இதற்கு எழுதிய சிறப்புப் பாயிரப்பாடல்களே இந் நூலின் சிறப்பை விளக்கும். "நறைவார் சோலைப் பிறையா றெனுநகர், வதிதரு சோழ வேளாள மரபிற், பதிதரு தாண்டவ ராயவேள் பயந்த நாட வருசுவி சேடசித் தாந்தி, செங்குவளை யந்தார் தங்குமணி மார்பன், நாம வேலைப் புவி நயக்கும், சாமுவே லெனுந் தகைமை யோனே" என்று புரசை அஷ்டாவதானம் சபாபதி முதலியாரவர்கள் சொல்லியிருப்பதிலிருந்து இவரது ஊர் முதலியன

நன்கு விளங்கும். சாமுவேல் பிள்ளையவர்கள் தமிழ் மொழியில் பல நூல்களை இயற்றியிருக்கிறார்கள். விரிக்கிற் பெருகுமென்றஞ்சி எழுதினோமில்லை.

தமிழ்ப் புலமை வாய்ந்த நம் நாட்டுக் கிறித்துவர்களைப் பற்றி மிகச் சுருக்கமாக மேலே எழுதினோம். இவர்களையன்றி இன்னும் அநேகர் பண்டைக் காலத்திலிருந்தனர். சத்தியநாதன் ஐயர், ஞான முத்து ஐயர், ஞானப்பிரகாசநாத சுவாமி, வேதமாணிக்கம் சந்தோஷம், தானியேல் ஐயர், ஜேக்கப் ஞான ஒளிவு ஐயர், ஞானப் பிரகாச சுவாமி, ஜகராவ் முதலியார் முதலியவர்கள் பண்டைக் காலத்திலிருந்த தமிழறிந்த நம் நாட்டுக் கிறித்தவர்களிற் சிலராவர். இவர்களைப் பற்றி எழுதப் புகுந்தால் நூல் பெரிதாகும் என அஞ்சி எழுதாமல் விடப்பட்டது.

இப்போதுள்ள தமிழ்ப்புலமை வாய்ந்த நம் நாட்டுக் கிறித்துவர்களைப் பற்றியும் இங்கு எழுதப்படவில்லை.

பின்னிணைப்பு

எகர ஒகர எழுத்துகள்

தொல்காப்பியம், வீரசோழியம், நன்னூல் முதலிய பழைய இலக்கண நூல்கள் எல்லாம் எகர ஒகரங்கள் புள்ளி பெறும் என்று கூறுகின்றன. இப்படித்தான் பண்டைக் காலத்து மக்கள் எழுதி வந்தார்கள். ஆனால், அவர்கள் ஓலையேட்டில் எழுதியபடியினால் புள்ளியைப் பெரும்பாலும் எழுதுவதில்லை. ஏன்? கல்லிலும் செப்பேடுகளிலும் எழுதப்படும் எழுத்துகளிலும்கூட அவர்கள் புள்ளி வைப்பதில்லை. இவ்வாறு புள்ளி வைக்காமல் எழுதப்படும் சொற் களைப் படிப்பதில் சில சமயங்களில் ஐயப்பாடுகள் தோன்றுவதுண்டு. உதாரணமாக எரி, ஒதி என்னும் சொற்களை எடுத்துக்கொள்வோம். இவற்றில் எகரமும் ஒகரமும் புள்ளி பெறாதபடியால், இலக்கண முறைப்படி ஏரி என்றும் ஓதி என்றும் இவற்றைப் படிக்க வேண்டும். புள்ளி பெற்றிருந்தால் எரி என்றும் ஒதி என்றும் படிக்க வேண்டும். ஆனால் நடைமுறையில், ஏடெழுதுவோர் எகர ஒகரங்களுக்குப் புள்ளி வைக்க வேண்டியதை மறந்துவிடுவது வழக்கம். அப்போது, அச்சொற்களை எரி என்று படிப்பதா ஏரி என்று படிப்பதா, ஒதி என்று படிப்பதா ஓதி என்று படிப்பதா என்னும் ஐயப்பாடு நிகழும்.

இச்சொற்களைப் பற்றி இரண்டு வெண்பாக்கள் பண்டைக் காலத்தில் வழங்கி வந்தனர். அவை:

நேரிழையார் கூந்தலினோர் புள்ளிபெற நீள்மரமாம்
நீர்நிலையோர் புள்ளிபெற நெருப்பாம்சீரணவு
காட்டொன் றொழிப்ப இசையா மதனளவில்
மீட்டொன் றொழிப்ப மிடறு.

இச்செய்யுள், அணியியலில் மாத்திரைச் சுருக்கம் என்னும் சொல் லணிக்கு உதாரணமாகக் கூறப்படுகிறது.

இதில், நேரிழையார் கூந்தல் என்பது ஓதி. (ஓதி = கூந்தல்). ஓதி என்னும் சொல்லின் ஒரு மாத்திரை சுருக்கினால், (ஒரு புள்ளி வைத்தால்) ஒதி என்றாய் ஒதிமரம் என்று பொருள்படும். ஒதி மரம் என்பது மரங்களில் ஒரு வகை.

நீண்மரத்தி லொன்றேற நேரிழையார் கூந்தலாம்
பூநெருப்பி லொன்றேறப் பூங்குளமாம்பேணுங்
கழுத்திலொன் றேற இசையா மிசையின்
எழுத்திலொன் றேறவாங் காடு.

இச்செய்யுள், அணியியலுள் மாத்திரை வர்த்தனம் என்னும் சொல்லணிக்கு உதாரணமாகக் கூறப்படுகிறது.

இதில் நீள்மரம் என்றது ஒதி மரத்தை. ஒதி என்பதில் ஒகரம் ஒரு மாத்திரை அதிகம் பெற்றால் (புள்ளியை எடுத்துவிட்டால்) ஓதி என்றாகி கூந்தல் என்று பொருள்படும். பூ நெருப்பு என்பது எரி. எரி என்பதில், பழைய இலக்கணப்படி எகரத்தின்மேல் இருக்க வேண்டிய புள்ளியை எடுத்துவிட்டால் எகரம் நீண்டு ஏகாரமாக ஏரி என்றாகும். இது நிற்க.

சென்ற நூற்றாண்டிலே புதிய வழக்கம் ஒன்று இருந்ததாகத் தெரிகிறது. அதாவது.

தொல்லைவடிவின வெல்லா வெழுத்து மாண்
டெய்து மெகர மொகரமெய் புள்ளி

என்னும் சூத்திரப்படி எகர ஒகரக் குற்றெழுத்துகள் புள்ளி பெற்றிருந்ததை நீக்கி, அதற்கு மாறாக ஏகார ஓகாரங்களுக்குப் புள்ளி கொடுத்து எழுதினார்கள். இந்த வழக்கத்தைக் கண்ட இயற் றமிழாசிரியர் இராமாநுச கவிராயர் அவர்கள், தாம் நன்னூலுக்கு எழுதி வெளியிட்ட இராமநுச காண்டிகை யுரையில், மேற்படி சூத்திரத்தை மாற்றி அமைத்து அதற்கேற்ப உரையும் எழுதிவிட்டார். அது வருமாறு:-

'தொல்லை வடிவின வெல்லா வெழுத்துமாண்
டெய்து மேகார மோகார மெய்புள்ளி'

இது, நிறுத்த முறையே உருவிலக்கணமுணர்த்துகின்றது. (இ-ள்.) எல்லா வெழுத்துந் தொல்லை வடிவின = எல்லா எழுத்துகளும் பல்வேறு வகைப்பட எழுதி வழங்கும் பழைய வடிவையேயுடையனவாம். ஆண்டு = அவ்வாறு வழங்குமிடத்து, ஏகார மோகார மெய் = ஏகார ஓகாரங்களுந் தனி மெய்களும், புள்ளியெய்தும் = பழைய புள்ளியைப் பெறும் (எ-று.)

இவ்வாறு கூறுதலாற் பிற்காலத்தார் அந்தப் புள்ளியை நீக்கிச் சந்தேகப்பட வழங்கி வந்தன ரென்பதாயிற்று. வரலாறு: எ எ, ஒ ஒ,

கெ கே, கொ கோ, க்க ங்ங என வரும், மற்ற உயிர் மெய்களும் தனி மெய்களும் இவ்வாறே புள்ளிபெறுமெனக் காண்க. தொல்லாசிரியர் முதலாயினோர்,

'பழையன கழிதலும் புதியன புகுதலும்
வழுவல கால வகையி னானே'

எனவும்,

'இறந்தது விலக்கல் எதிரது போற்றல்'

எனவுங் கூறினமையால், எகர மொகர மெய் புள்ளிபெறும் என்ற இச்சூத்திரத்தை ஏகார மோகார மெய் புள்ளி பெறும் எனத் திருப்ப வேண்டிற்று என்னெனின், இக்காலத்தார் ஏகார ஓகாரங்களுக்கே புள்ளியிட்டெழுதுவது பெரு வழக்காயினமையா லென்க."

இந்தக் காண்டிகையுரையை இராமாநுச கவிராயர் 1847-ஆம் ஆண்டு நவம்பர் மாதம் அச்சிட்டு வெளியிட்டார். அதாவது இற்றைக்கு 108 ஆண்டுகளுக்கு முன்னர், இந்த இராமாநுச கவிராயர் அவர்கள், சில[1] ஆங்கிலேயர்களுக்குத் தமிழாசிரியராக இருந்தவர் என்பது குறிப்பிடத்தக்கது.

1 Revd. W.H. Drew, T. Clarke, J. Rodgers.

துணை நூல்கள்

தமிழ் நூல்கள்

சீகன்பால்கு சிரேஷ்டர் ஜீவிய சரித்திரம்.	தரங்கம்பாடி, லூத்தரன் மிஷன் அச்சுக்கூடம்
ஞானோபதேச காண்டம்.	தத்துவபோதக சுவாமி
தமிழ்ப்புலவர் சரித்திரம்.	சுன்னாகம், அ. குமாரசுவாமிப் புலவர்.
தனிச்செய்யுட் சிந்தாமணி.	மதுரைத் தமிழ்ச்சங்கம்
திருக்காவலூர்க் கலம்பகம்.	வீரமா முனிவர்
தேம்பாவணி.	”
தொல்காப்பியம், நன்னூல்.	சாமுவேல் பிள்ளை *(1853)*
தொன்னூல் விளக்கம்.	வீரமா முனிவர்
நற்கருணைத் தியானமாலை	கால்ட்வெல் ஐயர் *(1853)*
பரமார்த்த குருவின் கதை	வீரமா முனிவர்
பிரதாப முதலியார் சரித்திரம்	மாயவரம் வேதநாயகம் பிள்ளை
வேத அகராதி.	என்ரி. பவர் ஐயர் *(1811)*
வேத உதாரணத் திரட்டு	இரேனியுஸ் ஐயர் *(1835)*

ஆங்கில நூல்கள்

A Classified Catalogue of Tamil Printed Books (John Murdoch, 1865)

Ceylon Antiquary and Literary Register, Vol. V.

Church History of Travancore. (C.M. Agur, 1901). Dictionary of Indian Biography. (C.E. Buckland, C.I.E., 1906).

History of Tranquebar Mission. (Fenger, 1863).

History of Christianity in India. (J. Hough).

History of Tamile Prose Literature. (V.s. Chengalvaraya Pillai).

Life of C.J. Beschi. (Muthuswami Pillai).

Men of might in Indian Missions. (Hellen H. Hol-comb, 1901).

Madras Jouranl of Literature and Science.

The Life and Times of C.W. Katiravel Pillai. (James H. Martyn, 1904).

The Apostles of India. (J.N. Ogilive, D.D., The Baird Lecture for 1915).

The Tamil Plutarch. (Simon casie Chetty, 1859).

The Land of The Tamulians and its Mission. (Rev. Baierlein, 1875).

The Promotion of Dravidian Linguistic Studies in Company Days. (C.S. Srinivasachari).

The Promotion of Learning in India. (N.N. Law).

***

மதிப்புரைகள்

இத்தகைய நூல் இதுகாறும் வெளிவரவில்லை என்ற துணிந்து கூறலாம். மேல்நாட்டுக் கிறித்துவப் பெரியோர்களும் கீழ்நாட்டுக் கிறித்துவப் பெரியோர்களும் தமிழ்நாட்டுக்குச் செய்த சேவை நூற்கண் நிரலே கிளந்து கூறப்பட்டிருக்கிறது. நூல் சரித்திரக் குறிப்புக்களை அடிப்படையாகக் கொண்டுள்ளது. இம்முறையில் நன்னடையில் நூல் எழுதப்பட்டிருத்தல் மகிழ்ச்சியூட்டுகிறது சரித்திர ஆராய்ச்சியாளர்க்கும், தமிழ் பயில்வோர்க்கும், தமிழ் நாட்ட முடையோர்க்கும் இந்நூல் பெருந்துணையாக நின்று பயன்தரும் என்பதில் சிறிதும் ஐயமில்லை.

- நவசக்தி

தமிழிலக்கிய வாலாற்றுள் ஒரு பகுதியைநன்கு விளக்குவது. ...இத்தகைய நூல்கள் தமிழ்மொழிக்குப் பெரிதும் வேண்டற் பாலன... இதன் ஆசிரியர் ஆங்கில மொழியிலுள்ள பல நூல் களையும் தமிழ் நூல்களையும் நன்கு ஆராய்ந்து தக்க சான்றுகள் காட்டித் தெளிவான நடையில் இதனை எழுதியுள்ளார்.

- சுதேசமித்திரன்

தாங்கள் அனுப்பிய ‘கிறித்துவமும் தமிழும்’ என்ற நூல் முழுவதையும் படித்து மகிழ்வுற்றேன். அதன் நடை எளிதாகவும் தெளிவாகவும் செவ்விதாகவும் இருக்கிறது. கிடைத்தற்கரிய பல பழம் புத்தகங்கள், பத்திரிகைகளில் தாங்கள் தேடிக் கண்டுபிடித்து ஒழுங்குபடுத்தி வெளியிட்டிருக்கிற விஷயங்கள் தமிழ் மொழி வளர்ச்சி வரலாறறிய விரும்புவார்க்கு மிகவும் உபயோகமா யுள்ளவை. தமிழபிவிருத்திக்காக ஐரோப்பியத் தமிழறிஞரும் சுதேசக் கிறித்துவத் தமிழறிஞரும் செய்துள்ள நன்முயற்சிகளுக்குத் தமிழ ரெல்லாரும் தெரிவிக்கவேண்டிய நன்றியைத் தாங்கள் இந்நூல் வாயி லாகத் தெரிவித்திருக்கும் சிறந்த தமிழ்த் தொண்டு பாராட்டத்தக்கது.

- இராவ்சாகிப் வெ. ப. சுப்பிரமணிய முதலியார்

OPINIONS

The book contains much useful information ontled from original sources and the author has placed The Tamil world under a deep debt of gratitude by the publication. Pagos Illustrative of the style of Christian writers are given and the book le written in a racy radable stylo (Review by Pandit R. Raghava Iyengar, of Aunamalai University).

- The Hindu.

There has long been the feeling that Christian have, by their peculiar and conventional phraseology, spoiled the Tamil language and literature. It a really refreshing that a non-christian scholar has come forward to vindicate their honour and to publish to the world the valuable contribution they have made to the growth and glory of the Tamil literature. He points out that the prosent greatness and the spread of Tamil literature are entirely due to the labours of Christian missionarios.

The author of this book has adopted a style, which combines simplicity and sweetness, so as to be profitably read even by school boys and kept in all libraries. A reading of this book will convince, even those who have developed a "Tamilophobia," under the spell of modern tastes and civilization, of the greatness of Tamil and create in them an irresistable passion for the study of Tamil literature.

-The Indian Christian Patriot

படங்கள்

1. சுவாமி விபுலாநந்தர்

2. வீரமா முனிவர்

3. ஸீகன்பால்கு ஐயர்

4. கால்டுவெல் ஐயர்

5. போப் ஐயர்

பேராசிரியர் வீ. அரசு பதிப்பித்துள்ள
மயிலை, சீனி. வேங்கடசாமி களஞ்சியம் 20 தொகுதிகளில்
இடம்பெற்றுள்ள மயிலையார் பற்றிய தகவல்கள்

அறிஞர் மயிலை சீனி. வேங்கடசாமி

"ஐந்தடிக்கு உட்பட்ட குறள் வடிவம்; பளபளக்கும் வழுக்கைத் தலை; வெண்மை படர்ந்த புருவங்களை எடுத்துக் காட்டும் அகன்ற நெற்றி; கனவு காணும் கண்ணிமைகளைக் கொண்ட வட்ட முகம்; எடுப்பான மூக்கு; படபடவெனப் பேசத் துடிக்கும் மெல்லுதடுகள்; கணுக்கால் தெரியக் கட்டி யிருக்கும் நான்கு முழ வெள்ளை வேட்டி; காலர் இல்லாத முழுக்கைச் சட்டை; சட்டைப் பையில் மூக்குக் கண்ணாடி; பவுன்டன் பேனா; கழுத்தைச் சுற்றி மார்பின் இருபுறமும் தொங்கும் மேல் உத்தரீயம்; இடது கரத்தில் தொங்கிக்கொண் டிருக்கும் புத்தகப் பை. இப்படியான தோற்றத்துடன் சென்னை மியூசியத்தை அடுத்த கன்னிமாரா லைப்ரெரியை விட்டு வேகமாக நடந்து வெளியே வருகிறாரே! அவர்தான் மயிலை சீனி. வேங்கடசாமி அவர்கள்."

எழுத்தாளர் நாரண. துரைக்கண்ணன் அவர்களின் மேற்கண்ட விவரிப்பு, அறிஞர் மயிலை சீனி. வேங்கடசாமி அவர்களைக் கண்முன் காணும் காட்சி அனுபவத்தைத் தருகிறது. திருமணம் செய்து கொள்ளாமல், இல்லறத் துறவியாக வாழ்ந்தவர். எண்பதாண்டு வாழ்க்கைக் காலத்தில், அறுபது ஆண்டுகள் முழுமையாகத் தமிழியல் ஆய்வுப் பணிக்கு ஒதுக்கியவர்.

இருபதாம் நூற்றாண்டில் பல புதிய தன்மைகள் நடைமுறைக்கு வந்தன. அச்சு எந்திரத்தைப் பரவலாகப் பயன்படுத்தும் வாய்ப்பு உருவானது. சுவடிகளிலிருந்து அச்சுக்குத் தமிழ் நூல்கள் மாற்றப் பட்டன. இதன்மூலம் புத்தக உருவாக்கம், இதழியல் உருவாக்கம், நூல் பதிப்பு ஆகிய பல துறைகள் உருவாயின. இக்காலங்களில் தான் பழந்தமிழ் நூல்கள் பரவலாக அறியப்பட்டன. இலக்கிய, இலக்கணப் பிரதிகள் அறியப்பட்டதைப்போல், தமிழர்களின் தொல் பழங்காலம் குறித்தும் பல புதிய கண்டுபிடிப்புகள் வெளிவந்தன. பிரித்தானியர்களால் உருவாக்கப்பட்ட தொல்பொருள் ஆய்வுத்துறை

பல புதிய வரலாற்றுத் தரவுகளை வெளிக்கொண்டு வந்தது. பாரம்பரியச் சின்னங்கள் பல கண்டறியப்பட்டன. தொல்லெழுத்துகள் அறியப்பட்டன. பல்வேறு இடங்களில் எழுதப்பட்ட கல்வெட்டுகள் படி எடுக்கப்பட்டு வாசிக்கப்பட்டன. தமிழ் மக்களின் எழுத்து முறை, இலக்கிய, இலக்கண உருவாக்கமுறை ஆகியவை குறித்து, இந்தக் கண்டுபிடிப்புகள் மூலம் புதிதாக அறியப்பட்டது. அகழ் வாய்வுகள் வழிபெறப்பட்ட காசுகள் புதிய செய்திகளை அறிய அடிப்படையாக அமைந்தன. வடக்கு, தெற்கு என இந்தியாவின் பண்பாட்டுப் புரிதல் சிந்துசமவெளி அகழ்வாய்வு மூலம் புதிய விவாதங்களுக்கு வழிகண்டது.

தமிழகச் சூழலில், தொல்பொருள் ஆய்வுகள் வழி பல புதிய கூறுகள் உறுதிப்படுத்தப்பட்டன. ஆதிச்சநல்லூர், அரிக்கமேடு அகழ் வாய்வுகள்; தமிழகத்தின் பல்வேறு இடங்களில் கண்டுபிடிக்கப் பட்ட வரலாற்றுக்கு முந்தைய காலப் பொருட்கள், ஓவியங்கள் ஆகியவை தமிழக வரலாற்றைப் புதிய தலைமுறையில் எழுது வதற்கு அடிகோலின. மயிலை சீனி. வேங்கடசாமி அவர்கள் மேலே விவரிக்கப்பட்ட சூழலில்தான், தமது ஆய்வுப் பணியைத் தொடங் கினார்.

வேங்கடசாமி சுயமரியாதை இயக்கச் சார்பாளராக வாழ்வைத் தொடங்கினார். பின்னர் பௌத்தம், சமணம் ஆகிய சமயங்கள் குறித்த அக்கறை உடையவராக இருந்தார். இவ்வகை மனநிலையோடு, தமிழ்ச் சூழலில் உருவான புதிய நிகழ்வுகளைக் குறித்து ஆய்வு செய்யத் தொடங்கினார். கிறித்தவம், பௌத்தம், சமணம் ஆகிய சமயங்கள், தமிழியலுக்குச் செய்த பணிகளைப் பதிவு செய்தார். இவ்வகைப் பதிவுகள் தமிழில் புதிய துறைகளை அறிமுகப்படுத்தின. புதிய ஆவணங்கள் மூலம், தமிழ்ச் சமூகப் பண்பாட்டு வரலாறுகளை எழுதினார். சங்க இலக்கியப் பிரதிகள், பிராமி கல்வெட்டுகள், பிற கல்வெட்டுகள், செப்பேடுகள் முதலியவற்றை வரலாறு எழுது வதற்குத் தரவுகளாகக் கொண்டார். கலைகளின்மீது ஈடுபாடு உடைய மனநிலையினராகவே வேங்கடசாமி இளமை முதல் இருந்தார். தமிழ்க் கலை வரலாற்றை எழுதும் பணியிலும் தம்மை ஈடுபடுத்திக் கொண்டார். கட்டடம், சிற்பம், ஓவியம் தொடர்பான இவரது ஆய்வுகள், தமிழ்ச் சமூக வரலாற்றுக்குப் புதிய வரவாக அமைந்தன.

இருபதாம் நூற்றாண்டின் தொடக்க காலங்களில் இந்தியவியல் என்ற வட்டத்திற்குள் தமிழகத்தின் வரலாறும் பேசப்பட்டது. இந்தியவியலைத் திராவிட இயலாகப் படிப்படியாக அடையாளப் படுத்தும் செயல் உருப்பெற்றது. இப்பணியில் தம்மை முழுமையாக ஈடுபடுத்தியவர் வேங்கடசாமி அவர்கள். இன்று, திராவிட இயல் தமிழியலாக வளர்ந்துள்ளது. இவ்வளர்ச்சிக்கு வித்திட்ட பல அறிஞர்களுள் வேங்கடசாமி முதன்மையான பங்களிப்பாளர் ஆவார்.

மயிலை சீனி. வேங்கடசாமி அவர்களின் வரலாற்றுச் சுவடுகள் அடங்கிய-இந்திய இலக்கியச் சிற்பிகள் மயிலை சீனி. வேங்கடசாமி என்ற நூலை சாகித்திய அகாதெமிக்காக எழுதும்போது இத்தொகுதி களை உருவாக்கினேன். அப்போது அவற்றை வெளியிட நண்பர்கள் வே. இளங்கோ, ஆர். இராஜாராமன் ஆகியோர் திட்டமிட்டனர். ஆனால், அது நடைபெறவில்லை. அத்தொகுதிகள் இப்போது வெளி வருகின்றன.

இளங்கணி பதிப்பகம் பாவலர் பாவேந்தர் பாரதிதாசனின் அனைத்துப் படைப்புகளையும் ஒரே வீச்சில் 'பாவேந்தம்' எனும் தலைப்பில் வெளியிட்டுள்ளதை தமிழுலகம் அறியும். அந்த வரிசையில் மயிலை சீனி. வேங்கடசாமி அவர்களின் உழைப்பால் விளைந்த அறிவுத் தேடல்களை ஒரே வீச்சில் பொருள்வழிப் பிரித்து முழுமை மிக்க படைப்புகளாக 1998இல் உருவாக்கினேன். அதனை வெளியிட இளங்கணிப் பதிப்பகம் இப்போது முன்வந்துள்ளது. இதனைப் பாராட்டி மகிழ்கிறேன். தமிழர்கள் இத்தொகுதிகளை வாங்கிப் பயன்பெறுவர் என்று நம்புகிறேன்.

- வீ. அரசு

மயிலை சீனி. வேங்கடசாமி ஆய்வுகள்

சுயமரியாதை இயக்க இதழ்களில் செய்திக் கட்டுரைகளை எழுதுவதைத் தமது தொடக்க எழுத்துப் பயிற்சியாக இவர் கொண்டிருந்தார். அது இவருடைய கண்ணோட்ட வளர்ச்சியில் குறிப்பிடத்தக்க செல்வாக்கைச் செலுத்தியுள்ளது.

கிறித்தவ சபைகளின் வருகையால் தமிழில் உருவான நவீன வளர்ச்சிகளைப் பதிவுசெய்யும் வகையில் தமது முதல் நூலை இவர் உருவாக்கினார். தமிழ் உரைநடை, தமிழ் அச்சு நூல் போன்ற துறைகள் தொடர்பான ஆவணம் அதுவாகும்.

பௌத்தம் தமிழுக்குச் செய்த பங்களிப்பை மதிப்பீடு செய்யும் நிலையில் இவரது அடுத்தக் கட்ட ஆய்வு வளர்ந்தது. பௌத்தக் கதைகள் மொழியாக்கம் மற்றும் தொகுப்பு, புத்த ஜாதகக் கதைத் தொகுப்பு, கௌதம புத்தர் வாழ்க்கை வரலாறு என்ற பல நிலைகளில் பௌத்தம் தொடர்பான ஆய்வுப் பங்களிப்பை வேங்கடசாமி செய்துள்ளார்.

சமண சமயம் மீது ஈடுபாடு உடையவராக வேங்கடசாமி இருந்தார். மணிமேகலை, சீவக சிந்தாமணி, ஆகியவற்றை ஆய்வதின் மூலம் தமிழ்ச் சூழலில் சமண வரலாற்றை ஆய்வு செய்துள்ளார். சமண சமய அடிப்படைகளை விரிவாகப் பதிவு செய்துள்ளார். சமணச் சிற்பங்கள், குறித்த இவரது ஆய்வு தனித் தன்மையானது.

பல்வேறு சாசனங்கள் புதிதாகக் கண்டுபிடிக்கப்பட்டன. ஓலைச் சுவடிகளிலிருந்து இலக்கியங்கள், இலக்கணங்கள் அச்சு வாகனம் ஏறின. இந்தப் பின்புலத்தில் கி.மு. 5 முதல் கி.மு. 9ஆம் நூற்றாண்டு முடிய உள்ள தமிழ்ச் சமூகத்தின் ஆட்சி வரலாற்றை இவர் ஆய்வு செய்தார். பல்லவ மன்னர்கள் மூவர் குறித்த தனித்தனி நூல்களைப் படைத்தார். இதில் தமிழகச் சிற்பம் மற்றும் கோயில் கட்டடக்கலை வரலாற்றையும் ஆய்வு செய்தார்.

அண்ணாமலைப் பல்கலைக்கழக அறக்கட்டளைச் சொற் பொழிவை அடிப்படையாகக் கொண்டு, தமிழ் நூல்களின் கால

ஆய்விலும் இவர் அக்கறை செலுத்தினார். தொல்காப்பியம், சிலப்பதிகாரம் குறித்த கால ஆய்வில் ச. வையாபுரிப்பிள்ளை போன்றோர் கருத்தை மறுத்து ஆய்வு நிகழ்த்தியுள்ளார். இச்சொற்பொழிவின் இன்னொரு பகுதியாக சங்கக் காலச் சமூகம் தொடர்பான ஆய்வு களிலும் கவனம் செலுத்தினார்.

சென்னைப் பல்கலைக்கழக அறக்கட்டளைச் சொற்பொழிவில் சேரன் செங்குட்டுவனை ஆய்வுப் பொருளாக்கினார். இதன் தொடர்ச்சியாக கி.பி. 3-ஆம் நூற்றாண்டுக்கு முற்பட்ட தமிழகத்தின் வரலாற்றைப் பல நூல்களாக எழுதியுள்ளார். சேர, சோழ, பாண்டியர், பல குறுநில மன்னர்கள் குறித்த விரிவான ஆய்வை வேங்கடசாமி நிகழ்த்தியுள்ளார். இதன் தொடர்ச்சியாகக் களப்பிரர் தொடர்பான ஆய்வையும் செய்துள்ளார். இவ்வாய்ப்புகளின் ஒரு பகுதியாக அன்றைய தொல்லெழுத்துகள் குறித்த கள ஆய்வு சார்ந்து, ஆய்வு களை மேற்கொண்டுள்ளார்.

ஒவ்வொரு தேசிய இனத்திற்கும் அதன் பாரம்பரியச் செழுமை குறித்த அறியும் தரவுகள் தேவைப்படுகின்றன. இவற்றை ஆவணப் படுத்துவது மிகவும் அவசியமாகும். மறைந்துபோனவற்றைத் தேடும் முயற்சி அதில் முக்கியமானதாகும். இப்பணியையும் வேங்கடசாமி மேற்கொண்டிருந்தார். அரிய தரவுகளை இவர் நமக்கு ஆவணப் படுத்தித் தந்துள்ளார்.

தமிழர்களின் கலை வரலாற்றை எழுதுவதில் வேங்கடசாமி அக்கறை செலுத்தினார். பல அரிய தகவல்களை இலக்கியம் மற்றும் சாசனங்கள் வழி தொகுத்துள்ளார். அவற்றைக் குறித்து சார்பு நிலையில் நின்று ஆய்வு செய்துள்ளார். ஆய்வாளருக்குரிய நேர்மை, விவேகம், கோபம் ஆகியவற்றை இவ்வாய்வுகளில் காணலாம்.

பதிப்பு, மொழிபெயர்ப்பு ஆகிய பணிகளிலும் வேங்கடசாமி ஈடுபட்டதை அறிய முடிகிறது.

இவரது ஆய்வுப் பாதையின் சுவடுகளைக் காணும்போது, தமிழியல் தொடர்பான ஆவணப்படுத்தம், தமிழருக்கான வரலாற்று வரைவு, தமிழ்த் தேசிய இனத்தின் கலை வரலாறு மற்றும் அவை குறித்த இவரது கருத்து நிலை ஆகிய செயல்பாடுகளை நாம் காணலாம்.

மயிலை சீனி. வேங்கடசாமி எழுதிய நூல்கள்

1936 : கிறித்தவமும் தமிழும்
1940 : பௌத்தமும் தமிழும்
1943 : காந்தருவதத்தையின் இசைத் திருமணம் *(சிறு வெளியீடு)*
1944 : இறையனார் அகப்பொருள் ஆராய்ச்சி *(சிறு வெளியீடு)*
1948 : இறைவன் ஆடிய எழுவகைத் தாண்டவம்
1950 : மத்த விலாசம்-மொழிபெயர்ப்பு
          மகாபலிபுரத்து ஜைன சிற்பம்
1952 : பௌத்தக் கதைகள்
1954 : சமணமும் தமிழும்
1955 : மகேந்திர வர்மன்
        : மயிலை நேமிநாதர் பதிகம்
1956 : கௌதம புத்தர்
        : தமிழர் வளர்த்த அழகுக் கலைகள்
1957 : வாதாபி கொண்ட நரசிம்மவர்மன்
1958 : அஞ்சிறைத் தும்பி
        : மூன்றாம் நந்தி வர்மன்
1959 : மறைந்துபோன தமிழ் நூல்கள் சாசனச் செய்யுள் மஞ்சரி
1960 : புத்தர் ஜாதகக் கதைகள்
1961 : மனோன்மணீயம்
1962 : பத்தொன்பதாம் நூற்றாண்டில் தமிழ் இலக்கியம்
1965 : உணவு நூல்

3

வாழ்க்கைக் குறிப்பு

1900 : சென்னை மயிலாப்பூரில் சீனிவாச நாயகர் - தாயரம்மாள் இணையருக்கு 6.12.1900 அன்று பிறந்தார்.

1920 : சென்னைக் கலைக் கல்லூரியில் ஓவியம் பயில்வதற்காகச் சேர்ந்து தொடரவில்லை. திருமணமின்றி வாழ்ந்தார்.

1922 : 1921-இல் தந்தையும், தமையன் கோவிந்தராஜனும் மறைவுற்றனர். இச்சூழலில் குடும்பத்தைக் காப்பாற்ற பணிக்குச் செல்லத் தொடங்கினார். 1922-23இல் நீதிக் கட்சி நடத்திய திராவிடன் நாளிதழில் ஆசிரியர் குழுவில் இடம்பெற்றார்.

1923-27 : சென்னையிலிருந்து வெளிவந்த லக்ஷ்மி என்ற இதழில் பல்வேறு செய்திகளைத் தொகுத்து கட்டுரைகள் எழுதி வந்தார்.

1930 : மயிலாப்பூர் நகராட்சிப் பள்ளியில் தொடக்கநிலை ஆசிரியராகப் பணியேற்றார்.

1931-32 : குடியரசு இதழ்ப் பணிக் காலத்தில் பெரியார் ஈ.வெ.ரா. வுடன் தொடர்பு. சுயமரியாதை தொடர்பான கட்டுரைகள் வரைந்தார்.

1931-இல் கல்வி மீதான அக்கறை குறித்து ஆரம்பக் கல்வி குறித்தும், பொதுச் செய்திகள் பற்றியும் 'ஆரம்பாசிரியன்' என்னும் இதழில் தொடர்ந்து எழுதியுள்ளார்.

1934-38-இல் வெளிவந்த *ஊழியன்* இதழிலும் கட்டுரைகள் எழுதியுள்ளார்.

1936 : அறிஞர் ச.த. சற்குணர், விபுலானந்த அடிகள், தெ.பொ. மீனாட்சி சுந்தரனார் ஆகிய அறிஞர்களுடன் தொடர்பு கொண்டிருந்தார்.

1955 : 16.12.1955-இல் அரசுப் பணியிலிருந்து பணி ஓய்வு பெற்றார்.

1961 : 17.3.1961-இல் மணிவிழா-மற்றும் மலர் வெளியீடு.

1975-1979 : தமிழ்நாட்டு வரலாற்றுக்குழு உறுப்பினர்.

1980 : 08.05.1980-இல் மறைவுற்றார்.

2001 : நூற்றாண்டுவிழா - ஆக்கங்கள் அரசுடைமை.

1966 : *துளு நாட்டு வரலாறு*

: *சமயங்கள் வளர்த்த தமிழ்*

1967 : *நுண்கலைகள்*

1970 : *சங்ககாலத் தமிழக வரலாற்றில் சில செய்திகள்*

1974 : *பழங்காலத் தமிழர் வாணிகம்*

: *கொங்குநாட்டு வரலாறு*

1976 : *களப்பிரர் ஆட்சியில் தமிழகம்*

1977 : *இசைவாணர் கதைகள்*

1981 : *சங்க காலத்துப் பிராமிக் கல்வெட்டெழுத்துகள்*

1983 : *தமிழ்நாட்டு வரலாறு: சங்ககாலம்-அரசியல் இயல்கள் 4, 5, 6, 10-தமிழ்நாட்டரசு வெளியீடு*

: *பாண்டிய வரலாற்றில் ஒரு புதிய செய்தி (சிறு வெளியீடு - ஆண்டு இல்லை)*